தேசபக்தி என்னும் சூழ்ச்சி

பெரியார்

ரிதம் வெளியீடு

தேசபக்தி என்னும் சூழ்ச்சி
பெரியார் ©

Desabakthi Ennum Soozhchi
Periyar ©

1st Edition: Dec 2022
Pages: 56   Price: Rs. 60
ISBN: 978-93-93724-41-0

Publishing Editor
T. Senthil Kumar

Published by:
Rhythm Veliyeedu
New No.58, Old No.26/1, 1st Floor,
Alandur Road, Saidapet,
Chennai - 600 015, Tamil Nadu, INDIA
Ph : (044) 2381 0888, 2381 1808, 4208 9258
E-mail : senthil@rhythmbooks.in
Web : www.rhythmbooksonline.com

Book Layout
Visual Vinodh - 9500 149 822

அணிந்துரை

தந்தை பெரியாரின் பேச்சுகளில், எழுத்துகளில் எப்போது படித்தாலும், எவ்வளவு படித்தாலும், அது அப்போதைய நடப்பு அரசியலுக்காகவே பேசியது போன்ற ஒரு உணர்வைத் தரும். நம் பக்கத்தில் அமர்ந்து நமது வீட்டு மூத்தவர் கூறும் அறிவுரை போன்றே மிக பொருந்தும்.

1924ல் இருந்து பெரியாரின் எழுத்தையும், பேச்சையும், ஒவ்வொரு பத்தாண்டுகளாகப் பிரித்தால் அதில் முதன்மையானதும், சிறப்பானதுமான, ஆண்டுகள் என்றால் அவை முப்பதுகளில் திரட்டப்பட்ட பெரியாரின் பேச்சுகளும், எழுத்துகளும்தான். குறிப்பாக, தனது வெளிநாடு சுற்றுப் பயணங்களை முடித்துக் கொண்டு தமிழகம் திரும்பும்போது பெரியார் பேசியவை வரலாற்றுச் சிறப்பு வாய்ந்தவைகள்.

உலக நாடுகளின் அறிவையும், தான் பார்த்த அனுபவங்களையும் நமது நாட்டில் நடத்திக் காட்டிட வேண்டும் என்கின்ற பெரியாரின் தீவிரம் வெளிப்பட்ட காலகட்டம் அது. அதிலும் குறிப்பிட்டுச் சொல்ல வேண்டுமானால், தந்தை பெரியார் அவர்கள் இலங்கையில் பேசிய பேச்சுக்கள்!

மிக உயரிய, அறிவார்ந்த கருத்துகளை எல்லாம் தனது வட்டார பேச்சு மொழியின் மூலம் மிக எளிமையாக விளக்கியிருப்பார். இன்று நாம் உள்வாங்கும் கடினமான செய்திகள், தத்துவங்கள் என்பதையெல்லாம் மிக

எளிமையாக, இலகுவாக விளக்குவார், இதோ இதை அவரது மொழியிலேயே கேளுங்கள்.

"இன்று உலகத்தில் விடுதலையின் பேரால், சுதந்திரத்தின் பேரால் எவ்வளவு அக்கிரமங்கள் நடக்கின்றன. மனிதாபிமானம், தேசாபிமானம், கடவுளபிமானம் என்ற பேரால் எத்தனை பேர் வயிறு பிழைக்கின்றனர். லக்ஷக்கணக்கான நமது சகோதரர், உடன் பிறந்தார் ஊன் உடையின்றிக் கஷ்டப்பட்டுச் சாகின்ற இந்நாட்களில் அவர்களுடைய இன்னல்களை நீக்க வழி தேடுவதை விட்டுக் கடவுளைப் பற்றிப் பேசி என்ன பயன்...?"

அதாவது இந்தியாவில் 37% குழந்தைகள் ஊட்டச்சத்து இல்லாமல் பிறக்கின்றன. 40% மனிதர்கள் பசியோடுதான் படுக்கப் போகிறார்கள். 60% மனிதர்களுக்கு கழிவறையே கிடையாது. இவை அல்லாமல் கொலை, வன்புணர்வு, திருட்டு, பொய், வஞ்சம் என்று மனிதன் மிருகத்திலும் கீழாய் இருக்கிறான். ஆனால் இவற்றுக்கெல்லாம் தீர்வு காணாமல் கடவுள், தேச பக்தி, மத வெறி என்று மக்களை மடையர்களாக்குகிறீர்களே. இது என்ன நியாயம் என்று கன்னத்தில் அறைந்ததுபோல் கேட்கிறார் பெரியார்.

அதுமட்டுமல்ல...

மக்கள் கஷ்டங்களை நிவர்த்தி பண்ணாமல், தேசாபிமானம், கடவுளாபிமானம், மதஅபிமானம் எல்லாம் ஒரு சிலரின் வயிற்றுப் பிழைப்புக்குத்தான் என்பதையும் அம்பலப்படுத்துகிறார்.

பெரியாரின் பேச்சுகளே, எழுத்துகளே எந்தவித ஆடம்பரமும், முகப்பூச்சும் இருக்காது. உள்ளதை உள்ளதென்று பட்டென்று போட்டு உடைத்து விடுவார்.

"மக்கள் படும் துன்பத்தையும், அனுபவிக்கும் இழிவையும், அல்லும் பகலும் காடுகளிலும், மேடுகளிலும், தொழிற்சாலைகளிலும், கடினமான வேலைகள் செய்தும், வயிறாற கஞ்சி இல்லாமலும், குடியிருக்க மழைக்கும் வெய்யிலுக்கும், மறைவுக்கும் நிழலும் இல்லாமல் எத்தனை பேர் அவதிப்படுகிறார்கள் என்பதை சிந்தித்துப் பாருங்கள். அவர்களின் நிலைமையை உங்கள் மனதில் உருவகப்படுத்திப் பாருங்கள்." என்று விளக்கிக் கொண்டே வரும் தந்தை பெரியார் அவர்கள் அதற்கான காரணத்தையும் சொல்கிறார் கேளுங்கள்:-

"தோழர்களே...

இதற்கு அடிப்படையாகவும், அரணாகவும் இருந்து வரும் காரணங்கள் எவை என்பதை நீங்கள் நடுநிலையில் இருந்து சிந்தித்துப் பார்த்தீர்களேயானால்... இக்கொடுமைகளுக்கு முக்கிய காரணம் முற்கூறிய மதம், கடவுள், சாதியம், தேசியம் என்பவைகளாகிய மயக்க உணர்வை மக்களுக்கு ஏற்றி, அதன் பயனாக பெரும்பான்மையான மனித சமூகத்தை மடமையாக்கி ஏய்த்து, அடிமைப்படுத்தி தங்கள் சுயநலமே பிரதானமாகக் கருதி, சோம்பேறிகளாய் இருந்துகொண்டு, சுகம் அனுபவித்துவரும் ஒரு சிறு கூட்ட மக்களின் சூழ்ச்சியே ஒழிய வேறில்லை என்பதை தெள்ளத் தெளிவாக உணர்வீர்கள்." என்று மனித அவலத்தையும், அதற்கான காரணத்தையும் படம்பிடித்துக் காட்டுகிறார். தந்தை பெரியார் அவர்கள் ஒரு சமூகத்தை முற்று முழுதாக உடற்கூராய்வுபோல் செய்து அதற்கான தீர்வையும் முன் வைப்பதில் வல்லவர். இந்திய சமூகச் சூழலை; குறிப்பாக, தமிழக சமூகச் சூழலை பெரியார் போல் வேறு யாரும் ஆய்வு செய்ததில்லை. அதனால்தான் சமூகப் பிணிக்குப் பெரியாரே அருமருந்து என்கின்றோம்.

அந்த அடிப்படையில் ரிதம் பதிப்பகத்தார் கொண்டுவரும் இந்த “தேசபக்தி என்னும் சூழ்ச்சி” என்கின்ற தலைப்பிலான இந்தப் புத்தகம், இன்றைய தேசிய, தேசபக்த வயிற்றுப்பிழைப்புவாதிகளுக்கான பதிலுரையாக அமைந்திருக்கிறது.

இந்நூல், தமிழ் தேசிய, தேச பக்த பிழைப்புவாதிகளின் சத்தம் உரக்கக் கேட்கும் இன்றைய சூழலில் இந்தப் புத்தகத்தைக் கொண்டுவரும் ரிதம் வெளியீட்டாளர் அவர்களை தமிழ்கூரும் நல்லுலகம் எப்போது நன்றிக்குறியவராக இருக்கும். இதுபோன்ற பெரியாரின் அரிய கருத்துகளை மேலும் மேலும் கொண்டுவர வாழ்த்துகிறேன். தோழர்களும் இந்த “தேசபக்தி எனும் சூழ்ச்சி” என்கின்ற இந்த நூலை வாங்கி வாசிப்பதோடு மட்டுமல்லாமல் மற்றவர்களுக்கும் வாசிக்கக் கொடுத்து, பதிப்பகத்தார் மேலும் மேலும் பெரியாரின் எழுத்துகளை கொண்டுவர உற்சாகப்படுத்துமாறு கேட்டுக் கொள்கிறேன்.

இப்படிக்கு
பெரியார் சரவணன்
பெரியாரியக் கருத்தாளர்

1. கொழும்பில் ஈ.வெ. இராமசாமி

தமிழ் நாட்டில் நான் செய்துள்ள சிறிய தொண்டை முன்னிட்டும் எமது மேல் நாட்டு பிராயணத்தை முன்னிட்டும் எம்மை உபசரிக்கும் நோக்கமாகச் செய்த வந்தனோபசாரங்களுக்கு நான் எனது உண்மையான நன்றியறிதலை செலுத்துகிறேன். நீங்கள் என்னை அதிகம் புகழ்ந்துவிட்டீர்கள். இருந்தும் எனது கொள்கையை நீங்கள் பூரணமாக ஒப்புக்கொள்ளுகிறீர்கள் என்று இதனால் எனக்குத் தோன்றுகிறது.

இன்று உலகத்தில் விடுதலையின் பேரால், சுதந்திரத்தின் பேரால் எவ்வளவு அக்கிரமங்கள் நடக்கின்றன. மதாபிமானம், தேசாபிமானம், கடவுளபிமானம் என்ற பேரால் எத்தனை பேர் வயிறு பிழைக்கின்றனர். லக்ஷக்கணக்கான நமது சகோதரர், உடன் பிறந்தார். ஊணுடையின்றிக் கஷ்டப்பட்டுச் சாகின்ற இந்நாட்களில் அவர்களுடைய இன்னல்களை நீக்க வழி தேடுவதை விட்டுக் கடவுளைப் பற்றி பேசி என்ன பயன்?

நாம் ஆலோசனைக்காரார். அதுவே நமது கொள்கை; அதுவே சுயமரியாதைக் கட்சியின் அடிப்படையான கொள்கை. நமக்குத் தோன்றுகிற

எண்ணங்களை ஆலோசித்து அலசிப் பார்க்க வேண்டும். அதற்குப் பயப்படக் கூடாது. எனக்குக் கடவுளைப் பற்றியே கவலையில்லை. உலகத்தில் எத்தனை பேர் இருக்கிறார்கள்? அதுபோல் கடவுளும் ஒருவர் இருக்கட்டும். அதுபற்றி என்ன விசாரம்? ஆனால் நாள் முழுதும் பாடுபட்டும், வேலை செய்தும் குடிக்கக் கஞ்சிக்கு வழியில்லாது அலையும் நம் சகோதரர்களை திரும்பிப் பார் என்றால் நமது மதப் பிரசாரகர்கள் கடவுளைப் பார் என்கின்றார்கள்.

மக்கள் கஷ்டத்தினின்றும் விடுதலையடைய வேண்டும். இதற்குச் சம்மதமான கடவுள் இருக்கட்டும் மற்றக் கடவுள்கள் வேண்டாம். இவ்வளவுதான் நாம் சொல்வது.

மக்கள் கஷ்டங்களை நிவர்த்தி பண்ண முடியாத தேசாபிமானம் வேண்டாம். தேசாபிமானம் நாளைக்கு; இன்றைக்கு வயிற்றுச் சோற்றுக்கு.

விஷயங்களைப் பரிசோதனை செய்து பாருங்கள். பார்த்து அதற்கேற்றவாறு நடவுங்கள் உள்ளதை உள்ளவாறே நோக்குங்கள்.

நான் மனிதன். என் அறிவைக் கொண்டு விஷயங்களைத் தேடி இம்முடிவுக்கு வந்தேன்.

ஒன்றையும் வெறுக்க வேண்டாம். ஒன்றையும் மறுக்கவும் வேண்டாம். அவர் சொல்லிவிட்டார், இவர் சொல்லிவிட்டார் என்று ஒன்றையுஞ் செய்யாதேயுங்கள், இன்னொருவனுக்கு அடிமையாய் உங்கள் மனச் சாட்சியை விற்றுவிட வேண்டாம். எதையும் அலசிப்பாருங்கள். ஆராயுங்கள். எண்ணங்களை அடக்கி ஆண்ட காலம் மலையேறிவிட்டது. சுய அறிவுக்கு மதிப்புக் கொடுக்க வேண்டிய காலம் இது.

நாம் எண்ண வேண்டியது, ஆராய வேண்டியதெல்லாம் முன்னேயே எமது ஆன்றோரால் ஆய்விட்டது என்று நீங்கள் கொள்ள வேண்டாம். நான் சொல்லுவது முற்றும் சரியென்றும் நீங்கள் கொள்ள வேண்டாம். எதையும் ஆராய்ந்து உண்மை தேறிக்கொள்ளுங்கள்.

எனக்கு மதாபிமானம் இல்லையென்று நீங்கள் கருத வேண்டாம். 25 வருட காலமாக நான் ஒரு கோவிலில் தர்ம கர்த்தாவாகவிருந்து, அக் கோயிலின் கிராமங்களையெல்லாம் ஒழுங்காக நடத்தி வந்தேன். எனக்கு தேசாபிமானம் இல்லையென்றும் நீங்கள் சொல்லவேண்டாம்.

தடவைக்கு 3, 4 தடவை தேசீய விஷயமாக ஜெயிலுக்குஞ் சென்றேன். ஆனால் இந்த அபிமானமெல்லாம் நம் ஏழைச் சகோதரருக்கு விமோசனம் கொண்டுவராது. ஆதலால் தான்

அபிமானமொன்றும் நமக்கு வேண்டாம். மனுஷாபிமானமே வேண்டுமென்று ஜனங்களுக்கு நான் எனக்குத் தோன்றிய வரை போதிக்கத் தலைப்பட்டேன். சோம்பேறி ஞானமும் மதாபிமானமும் பசி கொண்ட மகனுக்கு அவன் பசியைத் தீர்க்குமா? எண்ணத்துக்குச் சுதந்திரம் கொடுங்கள். மனுஷாபிமானத்தையும் சுயமரியாதையையும் காப்பாற்றுங்கள். ஏழைகளின் கஷ்டத்திற்கு நிவாரணந் தேடுங்கள்.

குறிப்பு: 23.10.1932 ஆம் நாள் கொழும்பு மருதானை எல்பின்ஸ்டோன் காட்சி சாலையில் மலையாளி சுயாபிமானிச் சங்கத்தாராலும் கொழும்பு சுயமரியாதைச் சங்கத்தாராலும் அளிக்கப்பட்ட வரவேற்பு பத்திரம் அளிக்கப்பட்ட கூட்டத்தில் ஆற்றிய உரை.

குடி அரசு - சொற்பொழிவு - 30.10.1932

2. கொழும்பில் ஈ.வெ. இராமசாமி

"நான் சாதாரண மனிதனில் ஒருவராக வாழ்ந்து வருகிறேன். யாவரும் என் அபிப்பிராயப்படி நடக்க வேண்டுமென்று திரு. சாரநாதன் கூறினார். அது என் கொள்கைக்கு முற்றிலும் மாறானது. நீங்கள் கேட்டு நீங்களே சிந்தித்து நன்மையானதைச் செய்ய வேண்டுமேயல்லாமல் ஒருவர் கூறுகிறபடி செய்யக்கூடாது. மனிதர்கள் சுய அறிவில் நம்பிக்கை வைக்க வேண்டும். விஷயங்களை நன்றாய் அலசிப் பார்க்க வேண்டும். 100க்கு 99பேர் ஒப்புக் கொண்டாலும் நீங்கள் அலசிப் பார்த்தே அறிய வேண்டும். உலகத்திலுள்ள சகல தேசங்களிலும் தலைவர்களின் கட்டளைப்படி நடந்தவர்கள் கஷ்டத்திலாழ்ந்து வருகிறார்கள். நடுநிலைமையிலிருந்து விஷயங்களை கிரகிக்க வேண்டும். என்னில் கடவுளிருக்கிறாரென்று நான் கூறவில்லை. நான் கூறும் விஷயங்களை ஆலோசித்துப் பாருங்கள். சகாயத்தைப் பெறுவதற்காகவோ, வேறு சுயநலம் காரணமாகவோ நான் இங்கு வந்திருக்கவில்லை.

நாட்டிலே மக்களிடை பல நிலைமைகளைக் காண்கிறோம். ஒரு கூட்டத்தார் கஷ்டப்படுகிறார்கள், ஒரு கூட்டத்தார் இன்புற்று சுக போகங்களை

அனுபவித்து வருகிறார்கள். உலகப் பரப்பில் இந்த வித்தியாசமிருக்கிறது. தேசம், மதம், ஜாதி, பாஷை முதலானவற்றின் பேரால் சரித்திர கால முதல் மக்கள் கஷ்டமடைந்து வருகிறார்கள். அவதார புருஷர்களும், தலைவர்களும் கூறின விஷயங்களை அவர்கள் பின்பற்றி வந்தார்கள். ஆதியில் மனிதர் ஒழிக்க விரும்பின காரியங்கள் இன்று வரை ஒழிக்கப் படவில்லை அவதார காலங்களிலும் அன்னியராட்சியில்லாத காலங்களிலும் இதே கஷ்டம் நிலவி வந்தது. அதை மாற்றும் காரணத்தை மனிதர் உணர வில்லை. ஆதி முதல் நாம் எடுத்துக் கொண்ட நோக்கம் தீர்ந்த பாடில்லை. ஆகையால் புதிய முறைகளைக் கண்டுபிடிக்க நடுநிலைமை வகித்துச் சிந்திக்க வேண்டும்.

நம்முடைய நாட்டில் பறையனென்றும் பார்ப்பானென்றும், நிழல் படக் கூடாதென்றும் ஒரு பகுதி துவேஷம் வைத்து வருகிறது. பார்ப்பனரைப் பூதேவரென்றும், உயர்ந்த ஜாதியென்றும் சரித்திர காலம் முதல் கருதி வருகிறார்கள். காரணம் மனித சமூக பந்தத்திலில்லாததே உனக்கும் எனக்கும் என்ன வித்தியாசமென்று கேட்டால் மதவிரோதமென்றும், நாஸ்திகமென்றும் கூறப்படுகிறது. இந்த அக்கிரமங்களை அழிக்க முற்படுகிறவன் தேசத்துரோகியென்றும், மதத் துரோகியென்றும் கருதப்படுகிறான். மனுதர்ம சாஸ்திரங்களையும் வேதங்களையும், ஆதாரமாகக் காட்டி கடவுள் சிருஷ்டி, பகவான் செயல், பகவான் வாக்கென்றும் கூறுகிறார்கள். அவற்றை குழி தோண்டிப் புதைக்க நீங்கள் தயாராயிருந்தால் மட்டும் வெற்றி பெற்று விளங்கலாம். தேசாபிமானி உயர்வு தாழ்வை

ஒப்புக் கொள்வானாகில் அவனுடைய தேசாபிமானம் நமக்கு வேண்டாம்.

ஒருவனுக்கு பைத்தியம் பிடித்திருந்தாலொழிய கடவுளையும் தேசத் தலைவர்களையும், குறை கூற முன்வரமாட்டான். அவன் உண்மைத் தொண்டின் காரணமாகவே குறை கூறுகிறான். மக்களை ஏமாற்றி பிழைத்து வருபவர்கள் தங்கள் நிலைமையை பலப்படுத்த பகவான் கட்டளை என்று முடிச்சு போட்டு வைத்திருக்கிறார்கள். அக்காலத்தில் மனிதர்கள் சோம்பேறிகளாயிருந்தபடியால் ஆக்ஷேபமின்றி அதற்கு கட்டுப்பட்டிருந்தார்கள். அடிமைத்தன அஸ்திபாரம் வலுத்தவுடன் ஜனங்கள் பகுத்தறிவால் அலசிப் பார்க்க முன்வந்தார்கள் முன்ஜன்மத்தைப் பற்றி இப்பொழுது நினைப் பாரில்லை. அவர்கள் வேதங்களையும், சாஸ்திரங்களையும் மதத்தோடு சேர்த்துத் தீக்கொளுத்தவும் குழி தோண்டிப் புதைக்கவும் முன் வந்திருக்கிறார்கள். சமஉரிமையை ஒப்புக் கொள்ளாதவர்களின் அபாரமான ஆதாரங்கள் குழிதோண்டிப் புதைக்கப்பட வேண்டும். ஏழைகள் பட்டினி கிடக்கும் பொழுது ஆஸ்தி மான்கள் சுகபோகமாக வாழ்ந்திருக்க முடியாது. பொறுமை, அடுத்த ஜென்மம், மோட்சம் முதலான போதனைகளெல்லாம் போதும், இறந்து பிறகுதான் பொறுமையின் பலன் டைக்கும். பொறுமையைப் போதிக்கும் தரகர்கள் வேண்டாம். ஒற்றுமை ஏற்பட்டால் என்ன நேரிடுமோயென்று பயந்தவர்கள் தேசாபிமானம், மதாபிமானமென்று பறை சாற்றி வருகிறார்கள். வெறுப்பையும் பொறாமையுமேற்படுத்தும் மதங்கள் தான் தோன்றின. கீழ் நாட்டின் கஷ்டங்களே மேல் நாட்டிலுமிருக்கின்றன.

ஆங்கு மதச் சட்டம் முதலானவையிருப்பதால்
கஷ்டப்படுவோர் இருக்கிறார்கள். மாளிகையில்
வசிப்போரும் இருக்கிறார்கள். அரசனில்லாத
குடியாட்சி நடைபெறும் தேசத்திலும் இதே
கஷ்டங்களிருக்கின்றன. முதலாளிகளிருக்கின்றார்கள்.
பாதிரிமார்களும் பிரசாரம் செய்து வருகிறார்கள்
என்றாலும் மதக் கோட்பாடுகளை வெறுத்தே
வருகிறார்கள்.

நம் மக்களின் விடுதலையைக் கருதுவோர்
உண்மையோடு நடுநிலை மையில் விஷயங்களை
ஆலோசிக்க வேண்டும். அடக்குமுறைகளும்
பழிப்புகளுமேற்படலாம் பயந்தவர்களால் ஒன்றும்
செய்ய முடியாது. நம்பிக்கையும் தியாகம் செய்யும்
குணமுமிருந்தால் மட்டும் வெற்றி பெறலாம்.
நாஸ்திகனென்று பழித்தால் பழிப்போரின்
அபிப்பிராயம் அவர்களோடிருக்கட்டும்.
ஆக்ஷேபங்களைப் பொருட்படுத்த வேண்டாம்.
நம்முடைய சொந்த அபிப்பிராயத்தைக்
கடைபிடிக்காதவர்கள் மூடர்களாயிருந்து வந்தார்கள்.
சில ஜாதியார் படிப்பதை பாவச் செயலாகக் கருதி
வந்தார்கள். படிக்க சிலர்க்கு சந்தர்ப்பமேற்படவில்லை.
கல்வியறிவில்லாதவர்களை தந்திரக்காரர்கள் ஏமாற்றி
வந்தார்கள். பாமர மக்களின் அபிப்பிராயத்தைத்
தகர்க்க முயற்சிகளெடுக்கப்பட்டாலும் நாம்
பொறுமையை இழக்காமல் நம் காரியத்தில்
கண்ணாயிருக்க வேண்டும்.

மதங்களின் பேராலும் சடங்குகளின் பேராலும்
மக்கள் எத்தகைய இன்னல்களையடைந்து
வருகிறார்கள். கோவில்களுக்கும் உற்சவங்களுக்கும்
கோவில் சொத்துக்களுக்கும் எவ்வளவு பொருள்

வீணில் விரையம் செய்யப்பட்டு வருகின்றது. திருப்பதியில் வருஷம் 20லட்சம் ரூபாய் காணிக்கை கிடைக்கிறது. காணிக்கை கொடுப்போர் பிரயாணம் செய்து வரும் செலவைப் பாருங்கள். அக்கோவிலுக்கு இரண்டு கோடி ரூபாய் சொத்திருக்கிறது. அரைவட்டி போட்டுப்பார்த்தால் எத்தனை லட்சம் கிடைக்கும். கடவுளுக்காக பட்டை நாமத்தோடு பிச்சையெடுத்த பணம் யார் வயிற்றில் விழுகிறது? கணக்குப் பார்த்தால் பாவமாம். காணிக்கை கொடுத்தவனிலும் அச்சொத்தை அனுபவித்து வருகிறவர்களிலும் ஏதாவது மாறுதலேற்பட்டு வருகிறதா? ஒரு ரூபாய் வட்டியில் சேர்த்து 5000 ரூபாய் காணிக்கை கொடுத்தவன் அடுத்த வருஷத்தில் ஒன்றரை ரூபாய் வட்டி வசூலிக்கிறான்.

கஷ்டத்தை அதிகரிக்கவே கடவுள் உணர்ச்சி மனிதரிலேற்பட்டு வருகிறது. இதைப்பற்றி சுய அபிப்பிராயங் களைத் தெரிவித்தால் நாஸ்திகமாம். தென்னாட்டில் ஜில்லாவுக்கொரு பெரிய உபத்திரவம் (ஆலயம்) இருந்து வருகிறது. பிழைப்பிற்காக அயல் நாடுகளுக்குச் சென்றால் அந்நாடுகளில் அவர்களுக்கு

முன் சுவாமிகள் சென்று விடுகிறார்கள். இந்தியாவில் 35 கோடியில் தாழ்த்தப்பட்டோர் நீங்கலாக 16 கோடி உயர் ஜாதி இந்துக்களிருக்கிறார்கள். நபரொன்றுக்கு இரண்டு கடவுளைக் கும்பிடுவோர் ஏழை ஜனங் களை அயல் நாடுகளுக்குத் துரத்தி வருகிறார்கள். நம் புத்திக் கெட்டின நன்மையான காரியத்தைச் செய்ய வேண்டுமானால் மூடப்பயம் ஒழிய வேண்டும். சுயமரியாதையின் நோக்கம் இதுவே.

சாமிகளுடைய சுய மரியாதையற்றத் தன்மையை நாம் அறிந்து வருகிறோம். தேசபக்தியும் கடவுள் பக்தியும் மதபக்தியுமில்லாத தேசத்தில் மட்டும் வேலையில்லாது கஷ்டப்படும் மக்களிருக்க மாட்டார்கள். அங்கு கொடுமைக்காரரும் ஆஸ்திமான்களுமில்லை. இதை எந்த இடத்திலும் கூறத் தயாராய் இருக்கிறேன். நான் கூறுவது தப்பிதமாய்த் தோன்றினால் பைத்தியக்காரனின் கூற்றாக நினைத்துக் கொள்ளுங்கள்.

குறிப்பு: 23.10.1932இல் கொழும்பு கால்பேஸ் மைதானத்தில் சுயமரியாதைச் சங்கத்தார் ஆதரவில் மாலையில் நடந்த பொதுக் கூட்டத்தில் ஆற்றிய சொற்பொழிவு.

குடி அரசு – சொற்பொழிவு – 30.10.1932

3. இலங்கைப் பேருரை

அன்புள்ள தலைவரே! வீரமும், எழுச்சியும், சுயமரியாதை உணர்ச்சியும் உள்ள வாலிபர்களே!! தலைவரின் முன்னுரையிலும், உபசாரப் பத்திரங்களிலும், மற்றும் பேசியவர்களும் அளவுக்கு மீறி என்னைப் பற்றியும், எனது சிறு தொண்டைப் பற்றியும் புகழ்ந்து கூறி இருக்கிறீர்கள். அப்படிப்பட்ட புகழ்ச்சிகளுக்கு நான் சிறிதும் தகுதியுடையேன் அல்லன் என்பதை முதலில் தெரிவித்துக் கொள்கிறேன். அதோடு கூடவே இதன்மூலம் நீங்கள் எனது கொள்கைகளையும், தொண்டையும் ஆதரிக்கிறீர்கள் என்பதை உணர்ந்து மகிழ்ச்சியடைகிறேன்.

மனித சமூகம்

தோழர்களே! எனது அபிப்பிராயத்திற்கும், முயற்சிக்கும், குறிப்பிடத் தகுந்த அளவு எதிர்ப்பு இருக்கின்றது என்பதை நான் அறியாமலோ, அல்லது அறிந்தும் அவைகளை மறைக்க முயலவோ இல்லை. யார் எவ்வளவு எதிர்த்த போதிலும், யார் எவ்வளவுக்கு தூஷித்து விஷமப் பிரசாரம் செய்த போதிலும், யார் எவ்வளவு எனது அபிப்பிராயம் வெளியில் பரவாமல் இருக்கும் படியும் சூழ்ச்சிகள் செய்து மக்களின் கவனத்தை வேறுபக்கம் திருப்பிய போதிலும்,

உலகத்தில் எல்லா பக்கத்திலும் வேத புராண சரித்திரகாலம் முதல் இன்றைய வரையிலும் மனித சமூகமானது கடவுள், ஜாதி, மதம், தேசம் என்னும் போர்களால் பிரிவுப்பட்டு உயர்ந்தவன் - தாழ்ந்தவன், ஏழை - பணக்காரன், முதலாளி - தொழிலாளி, அரசன் - பிரஜைகள், அதிகாரி - குடி ஜனங்கள், குரு – சிஷ்யன் என்பனவாகிய பல தன்மையில் வகுப்பு வித்தியாசங்களுக்காளாகி மேல் கீழ் தரத்தோடு கட்டுப்பாடான சமுதாயக் கொடுமைகளாலும், அரசாங்கச் சட்டங்களாலும் கொடுமைக்குள்ளாகி வந்திருக்கின்றது - வருகின்றது என்பதை மாத்திரம் யாராலும் மறுக்கவும் மறைக்கவும் முடியாது என்று உறுதியாய்ச் சொல்லுவேன். இவ்வகுப்பு பேதங்களால் மக்கள் படும் துன்பத்தையும், அனுபவிக்கும் இழிவையும் அல்லும் பகலும் காடுகளிலும், மேடுகளிலும், தொழிற்சாலைகளிலும், கஷ்ட மான வேலைகளைச் செய்தும், வயிறார கஞ்சி இல்லாமலும் குடியிருக்க மழைக்கும், வெய்யிலுக்கும், மறைவுக்கும், நிழலும் இல்லாமலும் எத்தனை பேர் அவதிப்படுகிறார்கள் என்பதை சிந்தித்துப் பாருங்கள். அவர்களது நிலைமையை உங்கள் மனத்தில் உருவகப்படுத்தி பாருங்கள். இந்தக் கொடுமைகள் எத்தனை காலமாக இருந்து வருகின்றன? இன்றா? நேற்றா? இது அன்னிய அரச ஆட்சியாலா? குடி ஆட்சி இல்லாததாலா? தர்ம தேவதை ஆட்சி, அவதார ஆட்சி, தெய்வாம்ச ஆட்சி இல்லாததாலா? என்பதையும் சிந்தித்துப் பாருங்கள். உலக சரித்திரம் கிடைத்தது முதல் உலகத்தில் எந்த பாகத்தில் எந்த ஆட்சியால் என்றைய தினம் இந்தக் கொடுமைகள் இல்லாதிருந்தது என்பதைச் சற்று நினைவுக்குக் கொண்டு வந்து பாருங்கள்.

காரணம்

தோழர்களே! இனி இதற்கு அடிப்படையாகவும், அரணாகவும் இருந்து வரும் காரணங்கள் எவை என்பதை நீங்கள் சற்று நடுநிலைமையில் இருந்து சிந்தித்துப் பார்த்தீர்களானால் இக்கொடுமைகளுக்கு முக்கியக் காரணம் முற்கூறிய மதம், கடவுள், ஜாதீயம், தேசீயம் என்பவையாகிய மயக்க உணர்வை மக்களுக்கு ஏற்றி அதன் பயனாக பெரும்பான்மையான மனித சமூகத்தை மடமையாக்கி ஏய்த்து, அடிமைப்படுத்தி தங்கள் சுயநலமே பிரதானமெனக் கருதி சோம்பேறிகளாய் இருந்து கொண்டு சுகம் அனுபவித்து வரும் ஒரு சிறு கூட்ட மக்களின் சூழ்ச்சியே ஒழிய வேறில்லை என்பதைத் தெள்ளத் தெளிய உணர்வீர்கள்.

இந்த சூழ்ச்சிகளை யாராவது வெளிப்படுத்தக் கிளம்பி விட்டாலோ உடனே அப்படிப்பட்ட காரியத்தை நாஸ்திகம் என்றும், மதத்துரோகம் என்றும், தேசத் துரோகமென்றும், தேசீயத்துக்கு விரோதமென்றும் சிலர் சொல்லி அடக்கி விடப்பார்க்கிறார்கள். இப்படிச் சொல்லி அடக்குகின்றவர்கள் யார் என்று பார்த்தாலோ அவர்கள் பெரிதும் மேல் நிலையில் இருந்து கொண்டும், சரீரத்தினால் சிறிதும் பாடுபடாமல் சோம்பேறி வாழ்க்கையில் இருந்து கொண்டும் அன்னியன் பிறர் உழைப்பில் சுகமனுபவிக்கும் ஒரு சிறு கூட்டத்தாரும் மற்றும் அவர்களால் தங்கள் நிலைமையைக் காப்பாற்றிக் கொள்வதற்காக என்று ஏற்படுத்தப்பட்டு இருக்கும் அவர்களது கூலிப் பிரசாரகர்களுமேயாவார்கள். அதோடு "ஈன ஜாதி" யாராயும் ஏழைகளாயும், தொழிலாளர்களாயும் கூலிகளாயும் கருதப்படும் கீழ்நிலையில் இருந்து வெகுகாலமாய் தலைமுறை தலைமுறையாக இழிவு படுத்தப்பட்டும் அரைப் பட்டினி கிடந்து உழலும் மக்களிலும் சிலர் அவர்களுடன் சேர்ந்து கொண்டு மேற்கண்டபடி கூப்பாடு போடுவதையும் பார்க்கலாம். இதற்குச் சமாதானம் சொல்லுவதென்பது சிலருக்கு சற்று கஷ்டமான தாகக் காணப்பட்டாலும் கூர்ந்து கவனித்தால் மேற்கண்ட உயர்நிலையை நிரந்தரமாய்க் காப்பாற்றிக் கொள்ள வேண்டும் என்கின்ற கருத்தின் மீது செய்து கொண்டிருக்கும் ஏற்பாடுகளான கடவுள், மதம், தேசீயம், தேசம் ஆகியவற்றின் ஸ்தாபனங்களும் அவற்றிற்குள்ள கவசமும் காப்பும் அவை சம்பந்தமான பிரசாரங்களுமேதான் காரணம் என்பது தெளிவாய் விளங்காமல் போகாது.

என்ன செய்ய வேண்டும்?

ஆகையால் மேற்கண்ட - கஷ்டப்படும் மக்களுக்கு விடுதலையும் சமத்துவமும் வேண்டுமானால் முதலில் அக்கவசங்களையும், காப்புகளையும் உடைத்தெறிய வேண்டும். அவற்றின் பிரசாரங்களையும் முறியடித்துத் துரத்த வேண்டும். அஃதில்லாமல் வேறு எவ்வளவு பாடுபட்ட போதிலும் கஷ்டப் படும் மக்கள் ஒரு நாளும் விடுதலை அடைய முடியாது. இக்காரியம் செய்வது என்பது அவ்வளவு சுலபமான காரியம் அல்ல. செய்பவர்களுக்கு மகத்தான உறுதியும் தன்னல மறுப்பும் வேண்டும். அனேக துன்பங்களுக்கும், தொல்லைகளுக்கும், பழிப்புகளுக்கும் நஷ்டங்களுக்கும் ஆளாகத் தயாராய் இருக்க வேண்டும். “ஊரார் நம்மைப்பற்றி என்ன சொல்லுகிறார்கள் - சொல்லுவார்கள்” என்பதைப் பற்றிச் சிறிதும் சிந்திக்கக் கூடாது. போலி மானாபிமானங்களையும், கௌரவங்களையும், வசவுகளையும் துச்சமாய் கருத வேண்டும். பாமர மக்களால், சுயநல சூட்சிக்காரர்களால் வசவு கேட்கவும் உயிர் விடவும் கூட தயாராயும் இருக்க வேண்டும். இந்த நிலையில் உள்ளவர்களால் அல்லாமல் வேறு யாராலும் இக்காரியங்கள் ஒரு சிறிதும் செய்ய முடியாது என்பதை ஞாபகத்தில் வையுங்கள்.

தானாக ஏற்பட்டதல்ல

தோழர்களே! கடவுள், மதம், ஜாதியம், தேசியம், தேசாபிமானம் என்பவைகள் எல்லாம் மக்களுக்கு இயற்கையாக தானாக ஏற்பட்ட உணர்ச்சிகள் அல்ல. சகல துறைகளிலும் மேல்படியிலுள்ளவர்கள் தங்கள் நிலை நிரந்தர மாயிருக்க ஏற்படுத்திக்கொண்டிருக்கும்

கட்டுப் பாடான ஸ்தாபனங்களின் மூலம் பாமர மக்களுக்குள் புகுத்தப்பட்ட உணர்ச்சிகளேயாகும். இந்தப்படி புகுத்தப்பட வேண்டிய அவசியமும், காரணமும் என்னவென்று பார்த்தால் அவை முற்றும் பொருளாதார உள் எண்ணத்தையும், அன்னியர் (பிறர்) உழைப்பாலேயே வாழ வேண்டும் என்கின்ற உள் எண்ணத்தையும் கொண்ட பேராசையும், சோம்பேறி வாழ்க்கைப் பிரியமுமேயாகும்.

ஆதியில்

ஆதியில் மனிதர்கள் காடுகளில் தனிமையாய் – சுயேச்சையாய் திரிந்த – இயற்கை வாழ்க்கையிலிருந்து சமூகக் கூட்டு வாழ்க்கைக்கு வரும் போது அவனவன் தன் தனக்கு வேண்டிய சகல காரியங்களையும் தானே செய்து கொண்டும், அவசியமான பரஸ்பர உதவிகளை வழங்கிக் கொண்டும் ஒரே சமூகமாய் சமத்துவமாய் வாழலாம் என்று எண்ணியே ஒழிய மற்றபடி மற்றொருவனை அடிமைப்படுத்தி அவனிடம் தனக்கு வேண்டிய எல்லா வேலையையும் வாங்கிக் கொண்டு ஏய்த்து அவனை உலக சுகபோகங்களில் பட்டினிப் போட்டு தான் மாத்திரம் சோம்பேறியாய் இருந்து வாழ்ந்து கொண்டு எல்லா சுகபோகங்களையும் தானே அனுபவித்துக் கொண்டு இருப்பதற்கோ அல்லது மற்றவனுக்கு அடிமையாய் இருந்து கஷ்டப்பட்டு உழைத்து அவ்வுழைப்பின் பெரும் பயனை மற்றவன் அனுபவிக்க விட்டுவிட்டு தான் பட்டினி கிடப்பதற்கோ அல்ல என்பது நேர்மையுள்ள மனிதர் யாவரும் ஒப்புக்கொள்ளத்தக்க விஷயமாகும்.

ஆனால் நாள் ஏற ஏற மக்களுக்குள் சிலருக்கு பேராசையும், பொறாமையும் சோம்பேறித் தனமும்

வலுக்க வலுக்க அவற்றிலிருந்து செல்வவானும் அரசனுக்கு குருவும் ஏற்பட்டு பிறகு அவற்றை நிலை நிறுத்த ஆத்மா, கடவுள், வேதம், ரிஷிகள், மகாத்மாக்கள் ஆகியவைகளைக் கற்பித்து பிறகு அவைகளின் மூலம் கடவுள் செயல், முன் ஜென்மம், பின் ஜென்மம், கர்மம், பாவம், புண்ணியம், மேல் உலகம், கீழ் உலகம், தீர்ப்பு நாள், மோஷம், நரகம் ஆகியவைகளும் கற்பிக்க வேண்டியதாய் விட்டது.

இந்த கற்பனைகளின் பயன் தான் பெரும்பான்மையான மக்கள் பாமரர்களாகவும் ஏமாற்றப்படவும், கொடுமைக் குள்ளாகவும் மற்றவர்களுக்கு அடிமையாகி உழைக்கவும் உழைத்தும், சரியான கூலி கிடைக்காமல் பட்டினிக் கிடந்துழல் வதை பொறுமையுடன் பொறுத்துக் கொள்ளவுமான காரியங்கள் நடந்து வருவதுடன் அவை எங்கும் என்றும் நிலைத்தும் நிற்கின்றன. எப்படியாயினும் இந்த நிலை அடியோடு அழிபட வேண்டும். அதற்காக அதன் காப்புகளான மேற் குறிப்பிட்ட கடவுள், மதம், தேசீயம், ஜாதியம் என்பவைகளும் அவற்றின் பேறுகளான ஆத்மா, முன் ஜென்மம், கர்மம், தீர்ப்பு, மோக்ஷ நரகம், பாவ புண்ணியம் ஆகியவைகளாகிய போலி உணர்ச்சிகளும் அவற்றின் ஸ்தாபனங்களும் உடைத்தெறியப் படவேண்டும்.

தலை விதி

கஷ்டப்படுகிற மனிதர்கள் தாங்கள் பாடுபட்டும் பட்டினி இருக்க நேருவதையும், "யோக்கியமாய்" "நாணயமாய்" நடந்து 'இழிவாய்' 'கீழ் மக்களாய்' கருதப்படுவதுமான தங்களது கொடுமையின் நிலைமைக்கு மற்றவர்களால் தாங்கள் ஏமாற்றப்

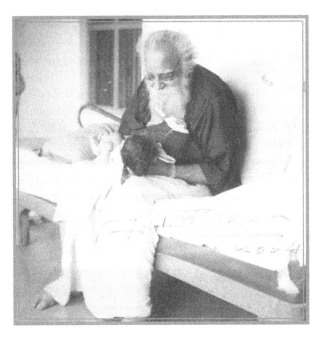

படுவதுதான் காரணம் என்பதை உணராமல் தங்களுடைய முன் ஜென்ம கர்ம பலன் - தலை விதி - கடவுள் செயல் என்பதாகக் கருதிக் கொண்டு சிறிதும் முன்னேறுவதற்கு முயற்சி செய்யாமலும் சூழ்ச்சியின் தன்மையை உணராமலும் இருப்பதோடு தங்கள் நிலைமையைப் பற்றி சிறிதும் அதிருப்திகூட அடையக் கூடாதென்று கருதி தங்கள் நிலையைப் பற்றி தாங்களே சமாதானமும் சாந்தமும் அடைந்து கொள்ளுகிறார்கள். வெளியில் சொல்லிக் கொள்ளக்கூட வெட்கப்படுகிறார்கள். ஏனெனில் கஷ்டப்படுகின்ற மக்களுக்கு கடவுள் உணர்ச்சியும் மதமும் இதைத்தான் போதிக்கின்றது. எப்படி என்றால்:

"ஓ கஷ்டப்படுகின்ற மனிதனே! கஷ்டப்பட்டும் பட்டினி கிடக்கின்ற இளைத்த ஏழை மனிதனே!! நீ உனது முன்ஜென்ம பாப கர்ம பலத்தினால் தலை விதியால் - கடவுள் சித்தத்தால், இம்மாதிரி துன்பத்தை அனுபவிக்கின்றாய். இந்த ஜன்மத்தில் நீ உனக்கேற்பட்ட இந்த நிலைமையை பொறுமையுடன் ஏற்று சமாதானமும் சாந்தமும் அடைந்து இருப்பாயாகில் அடுத்த ஜன்மத்தில் சுகப்படுவாய் - மேலான பிறவி பெறுவாய் - அல்லது மேல் உலகில் மோக்ஷம் என்னும் மேன்மையை அடைவாய் - கடவுள் சன்மானம் அருளுவார்" என்கின்ற உபதேசமேயாகும்.

இந்த பொறுமை உபதேசமும், சாந்த உபதேசமும், சமாதான உபதேசமும், மக்களை கோழைகளாகவும், முற்போக்கற்றவர்களாகவும் செய்து அவர்களது கஷ்டத்திலிருந்தும், இழிவிலிருந்தும் முன்னேற முடியாமலும் விடுபட முடியாமலும், சுயமரியாதை உணர்ச்சி பெறாமலும் இருந்து உயிர் வாழும்படி செய்து வந்திருக்கிறது.

இவ்வளவு தானா?

இவ்வளவு மாத்திரம் தானா? இக்கடவுள் உணர்ச்சியும் மதமும் செல்வந்தர்களுக்கும், மிராசுதாரர்களுக்கும், மற்றும் உத்தியோகம் வியாபாரம், லேவாதேவி என்னும் போர்களால் ஏழைகளிடமிருந்து பெரும் பணம் கொள்ளை கொண்டு மற்றவர்களை பட்டினி போட்டு பெரும் பணம் சேர்க்கும் பணக்காரர்களுக்கும் போதிப்பது என்ன என்பதைப் பார்த்தாலோ அது,

"ஓ பிரபுக்களே! செல்வவான்களே!! ஏராளமாக மேலும், மேலும் பணம் சேர்க்கும் பணக்காரர்களே!!!

லஷ்மி புத்திரர்களே!! நீங்கள் முன் ஜன்மத்தில் செய்த புண்ணிய கர்மங்களால் கடவுள் உங்கள் மீது வைத்த கருணையினால் இவ்வுயர்நிலையை அடைந்திருக்கிறீர்கள், இவ்வேராளமான பண வருவாய்கள் உங்களுக்கு ஏற்பட்டிருக்கும் இச்சுக போகம் உங்களுக்கு கிடைத்ததற்குக் காரணம் கடவுள் சித்தமேயாகும். ஆதலால் நீங்கள் கடவுள் பக்தி உள்ளவர்களாக இருந்து கடவுளுக்குக் காணிக்கை செலுத்துவதன் மூலமும் கடவுளுக்குக் கோயில் கட்டுவதன் மூலம் கடவுள் பக்தர்களான பாதிரி, குரு, பிராமணர் முதலியவர்களுக்கு மரியாதை செய்து சாத்திரம், மடம் முதலிய உதவி அளிப்பதன் மூலமும் நன்றி செலுத்தி இந்நிலையை நிலை நிறுத்திக் கொள்ளுவதுடன் மோக்ஷ லோகத்திலும் சுலபமாக இடம் சம்பாதித்துக் கொள்ளுங்கள்" என்பதேயாகும். ஆகவே தோழர்களே! இந்த காரணங்களாலேயே மக்களில் உயர்வு - தாழ்வும், எஜமான் - அடிமையும், முதலாளி - தொழிலாளியும், அரசன் - குடிகளும், குரு - சிஷ்யனும், ஏற்பட்டிருக்கின்றன

அரசன்

உலகிற்கு அரசன் அரசாக்ஷி என்பதாக ஒரு வகை இருந்து வருவதன் காரணமெல்லாம் கூட செல்வவான்களின் செல்வங் களை காப்பாற்றவும், சோம்பேறி வாழ்க்கைகளையும், அவர்களது தத்துவங்களையும் பிறர் இகழாமல் இருக்கவுமே ஒழிய மற்றபடி மக்கள் சமூகம் துன்பப்படாமலோ, மற்றவர்களால் கொடுமைப் படுத்தப்படாமலோ சகல துறைகளிலும் உயர்வு தாழ்வு கொடுமை இல்லாமலோ, இருப்பதற்காக அல்லவே அல்ல என்பதை நீங்கள் உறுதியாய் நம்புங்கள். இது போலவே தான் முன்

குறிப்பிட்ட கடவுள் மத உணர்ச்சி கற்பிக்கப்படுவதும் ஏழைகள் தாங்கள் படும் கஷ்டங்களுக்கு காரணம் முதலாளிகளின் சூழ்ச்சியும், சோம்பேறிகளின் தத்துவங்களும் என்பதை உணராமல் இருப்பதற்காகவே ஒழிய வேறில்லை.

உதாரணம்

உதாரணம் வேண்டுமானால், இன்றைய தினம் கஷ்டப்படுவதாகவும், இழிவுபடுத்தப்பட்டதாகவும், பட்டினிகிடந்து துன்பப்படுவதாகவும், ஏழைகளாகவும் காணப்படும் மக்களில் அனேகரை அணுகி அவர்களது இவ்வித கஷ்ட நிலைக்கு காரணம் என்ன என்று கேட்டுப் பாருங்கள் உடனே அவர்கள் சற்றும் தயக்கமின்றி தங்களின் கஷ்டநிலைக்கு தங்கள் தலைவிதி” என்றும் “முன்ஜன்ம கர்ம பலன்” என்றும் “கடவுள் சித்தம்” என்றும் “ஆண்டவன் கட்டளை” என்றும் தான் பதில் சொல்லுவார்களேயொழிய பிற மனிதர்களால் - அரசாங்க சட்டத்தால் - செல்வவான்களின் சூழ்ச்சியால், சோம்பேறிகளின் தந்திரத்தால், தாங்கள் ஏமாற்றப்பட்டு, அடிமைப்படுத்தப்பட்டு, அவதிப்படுவதாக ஒரு நாளும் சொல்ல மாட்டார்கள். ஆதலால் தான் ஏழைகளின் கஷ்டங்களை விலக்க வேண்டுமென்பவர்கள் முதலில் அதற்கு அஸ்திவாரமான காரண காரியங்களை கண்டுபிடித்து அழித்தெறிய வேண்டும் என்று சொல்ல வேண்டியிருக்கின்றது.

கடவுள்

கடவுள் என்பது அர்த்தமும் குறிப்பும் அற்ற வார்த்தையாய் இருந்து வந்த போதிலும் அது

மனித சமூகத்தில் 100க்கு 99 மக்களை பிடித்து தன்வயப்படுத்தி மடமையாக்கி ஆதிக்கம் செலுத்தி வருகின்றது. கடவுள் என்ற வார்த்தை கற்பிக்கப்பட்டு பல ஆயிரக்கணக்கான வருஷங்கள் ஆகியிருந்த போதிலும் கூட கடவுள் என்பது இன்னது என்று குறிப்பாக குளறுபடி இல்லாமல் - தெளிவுபட உணத்தியவர்களோ உணர்ந்தவர்களோ இது வரையில் காணக்கிடைக்கவில்லை. பொதுவாக அந்தப்படி ஒரு உணர்ச்சியை மக்களுக்குள் எப்படியாவது புகுத்தி அவர்களைப் பயப்படுத்தி வைக்க வேண்டும் என்கின்ற அவசியத்தினால் அதற்கு என்று வேறு ஒரு (மானச) உலகத்தையும், பாவபுண்ணிய பயனையும், மோக்ஷ நரகத்தையும் கற்பித்து, அதை பரப்ப பலவித ஸ்தாபனங்களை உண்டாக்கி அதன் பிரசாரத்தின் பேரால் பிழைக்க ஒரு கூட்டத்தையும் ஏற்பாடு செய்து அக்கூட்டத்திற்கு அதிலேயே பிழைத்துத் தீர

வேண்டியதான நிலைமையையும் ஏற்படுத்தி விட்டதால் வெகு சுலபமாகவும் செல்வாக்காகவும், அதன் பிரசாரம் நடக்கவும் மக்களை தன் வயப்படுத்தவும் ஆன காரியங்கள் நடந்து கொண்டே வருகின்றன. கடவுள் என்றால் என்ன? என்றாலும் கடவுள் என்றால் என்ன? என்பதை உணருவதற்கில்லாமலும் உணர வேண்டும் என்று நினைப்பதற்கில்லாமலும் இருந்து வருகிறது.

யாராவது கடவுளைப் பற்றி நெருக்கிப் பிடித்துக் கேட்டால் அது முழுவதும் முன்னுக்குப் பின் முரணான கருத்துக்களையும் செய்கைகளையும் கொண்டிருப்பதும், ஆளுக்கு ஒரு வித வியாக்கியானம் கூறுவதுமாய் இருப்ப தோடல்லாமல் வேறு விதமாய் குறிப்பான பதில் கிடைப்பது என்பது அரிதாகவேயிருக்கிறது.

கடவுள் என்பது சர்வ வல்லமையும் சர்வ வியாபகமும், சர்வசக்தியும் கொண்ட ஒரு ஒப்பற்ற தனி பொருளென்று சொல்லப்பட்டு விட்டு உடனேயே அது கண்ணுக்குத் தெரியாதது என்றும், மனதிற்குத் தோன்றாதது என்றும் சொல்லப்படுவதோடல்லாமல் அதற்கு உருவம் இல்லையென்றும், குணம் இல்லையென்றும், இன்ன தன்மையது என்று விளக்க முடியாதது என்றும் சொல்லப்பட்டு விடுகின்றது.

ஒரு வேடிக்கை

இவற்றுள் மற்றொரு வேடிக்கை என்ன வென்றால் இப்படிப்பட்ட ஒரு கடவுள் தன்மையை அதாவது "சர்வசக்தியும் சர்வ வியாபகமும், உடையதும் கண்ணுக்கும் மனதிற்கும் தென்படாததும், குணமும் உருவமும் இன்ன தன்மையென்று குறிப்பிடக் கூடிய தன்மையும் இல்லாததுமான ஒரு கடவுளை நிலை

நிறுத்தவும் அதைப் பற்றி மக்கள் நம்பிக்கை கொள்ளவும் "கடவுளால் உண்டாக்கப் பட்ட" மக்களிலேயே பலர் வக்காலத்துப் பெற்று கடவுளை நிரூபிக்க ஒழுங்கற்ற முறையிலும் ஒழுக்க ஈனமான முறையிலும் எவ்வளவோ பாடுபட வேண்டியிருப்பதுமேயாகும்.

மற்றும் அப்படிப்பட்ட வக்காலத்துக்காரர் தங்கள் சொந்த நிலையில் தங்களால் செய்யப்படும் ஒவ்வொரு காரியத்தையும் தாங்களே செய்வதாகவும் தங்களால் சொல்லப்படும் ஒவ்வொரு விஷயமும் தாங்களே அறிந்து சொல்லுவதாகவும் நினைத்தே பேசியும் நடந்தும் வருகிறார்கள். அது மாத்திரமல்லாமல் மற்றவர்களால் செய்யப்படும் - சொல்லப்படும் ஒவ்வொரு விஷயத்தையும் மற்றவர்கள் தங்களுக்குச் செய்வதாகவும் சொல்லுவதாகவும், எழுதுவதாகவும் கருதுவதுடன், மற்றவர்கள் மீது துவேஷமும், வெறுப்பும், விருப்பும் கொண்டு அவர்களை இன்ன இன்னபடி நடவுங்கள் என்றும் தங்களுக்கு இன்ன இன்ன காரியங்களைச் செய்து கொடுங்கள் என்றும் கோருகிறார்களேயல்லாமல் "இவையெல்லாம் சர்வ வல்லமை உள்ள கடவுள்" செயலால் தான் நடக்கின்றது, நடந்துவிடும் என்ற நம்பிக்கையும் உறுதியும் தைரியமும் இல்லாதவர்களாகவே இருக்கிறார்கள் மற்றொரு சாரார்.

மற்றொரு சாரார் "கடவுளைப் பார்க்காவிட்டாலும், உணராவிட்டாலும் உலகப் படைப்புக்கும் நடக்கும் ஏதாவது ஒரு கர்த்தாவோ காரணமோ இருக்க வேண்டாமா? அப்படிப்பட்ட கர்த்தாவோ காரணமோதான் கடவுள்" என்று சொல்லுகிறார்கள். மற்றொரு சாரர் "உலகத் தோற்றத்திற்கும், நடப்புக்கும் ஏதாவது ஒரு சக்தி

(FORCE) ஆவது இருக்குமல்லவா? அதுதான் கடவுள்" என்கிறார்கள்.

மற்றொரு சாரர் "இயற்கையே - அழகே - அன்பே - சாத்தியமே கடவுள்" என்றும் இன்னும் பலவாறாக சொல்லுகிறார்கள். ஆனால் நமது நாட்டைப் பொருத்தவரை மக்கள் கடவுளுக்கு மனித உருவம் கற்பித்து சாதாரண மனித வாழ்க்கையிலுள்ள பெண்டு பிள்ளை முதலியவைகளைக் கற்பித்து, செல்வவானுக்குள்ள குணங்களையும் சுகபோகங்களையும் கற்பித்து, அதற்குக் கோவில் பூசை உற்சவம் கல்யாணம் சாந்தி முகூர்த்தம் முதலியவைகளைக் கற்பித்து, வணக்கத்திற்காக என்று கோடான கோடி ரூபாய்களை செலவு செய்யச் செய்து மக்களை அதுவும் ஏழை மக்களை வாட்டி வளவெடுத்து தொல்லைப்படுத்தியும் வருகிறார்கள். இப்படியாக கடவுளைப் பற்றி இன்னும் பல விதமாய் அபிப்பிராயங்கள் சொல்லப் பட்டும் காரியத்திலும் பல செய்யப்பட்டும் வருகின்றன. இந்த விதமான கடவுளைப் பற்றி அர்த்தமற்ற - குறிப்பற்ற - பரிகாசத்திற்கும் முட்டாள் தனத்திற்கும் இடமான அபிப்பிராயங்களும் மற்றும் பாமர மக்களை தந்திரக்காரர்கள் ஏமாற்றுவதற்கான முறைகள் கொண்ட கருத்துக்களும் விவகாரங்களும் இன்றோ நேற்றோ அல்லாமல் வெகு காலமாகவே இருந்து வருகின்றது. அன்றியும் இக்கருத்துக்களை மதக்கொள்கைகள் என்பவற்றின் மூலமாகவும் அரசாங்கச் சட்டங்களின் மூலமாகவும் மறுத்துப் பேச இடங்கொடுக்கப் படாமலும் மீறிப் பேசினால் தண்டித்தும் மதவெறியால் என்றும் கொடுமைப்படுத்தியும் தான் காப்பாற்றப்பட்டும் நிலை நிறுத்தப்பட்டும் வந்திருக்கின்றது.

இன்றும் கூட

இன்றும் கூட நமது இயக்கப் பிரசாரங்களில் அவற்றின் கொள்கைகளைப் பற்றி ஆட்சேபிக்கக் கூடிய வகை சுலபத்தில் இல்லாமல் இருப்பதால் வேறு வழியில் தந்திரமாய் அதாவது "சு.ம இயக்கக் கொள்கைகள் எல்லாம் சரி, அது ஏழை மக்களுக்குத் தான் பாடுபடுகின்றது. ஏழை பணக்காரன் என்கின்ற வித்தியாசம் கூடாதென்கின்றது. ஆனால் அது கடவுள் இல்லை என்று சொல்லுகின்றது மதத்தை அழிக்கின்றது மக்களை நாஸ்திகமாக்குகின்றது, அதுதான் எமக்குப் பிடிக்கவில்லை - ஆதலால் அதை வளர விடக் கூடாது" என்று சொல்லுவதன் மூலம் நமக்கு எதிர் பிரசாரம் செய்கின்றார்கள். மற்றும் பல இடங்களில்

நாம் போகு முன்பே நாஸ்திகன் வந்து விட்டான், மதத்துரோகி வந்து விட்டான் என்று விஷமப் பிரசாரம் செய்து மக்களை நமது பிரசங்கத்தை - நான் என்ன சொல்லுகிறேன் என்பதை கேட்க அனுமதிக்க கூட மறுக்கின்றார்கள். மற்றும் சில இடங்களில் பலாத்கார முறையில் - காலித்தனமான முறையில் நமது பிரசாரத்தை கலைக்க முயற்சிக்கிறார்கள்.

காரணம்

இதன் காரணம் என்னவென்று பார்க்கப் போனால் கண்டு பிடிப்பது மிகவும் சாதாரணமான விஷயமேயாகும். அதாவது அவர்களது "எங்கும் நிறைந்த" "எல்லாம் வல்ல" "அவனன்றி ஓர் அணுவும் அசையாததான" கடவுள் நம்பிக்கையும் அப்படிப் பட்ட கடவுளின் அவதாரங்களாலும் கடவுள் அம்சம் பெற்றவர்களாலும் கடவுள் குமாரராலும் உண்டாக்கப்பட்ட மத நம்பிக்கையுமேயொழிய வேறில்லை என்று சொல்லப்படுகிறது. ஆகவே இதன் கருத்து என்ன வென்றால் எல்லாம் வல்ல, எங்கும் நிறைந்த கடவுள் உணர்ச்சியும், தத்துவமும், ஒரு சாதாரண மனிதனால் அழிக்கப்பட்டுவிடும் என்றும், கடவுள் அவதாரம், அம்சம், குமாரன், தூதன் ஆகியவர்கள் மூலம் உபதேசிக்கப் பட்ட மதமானது ஒரு சாதாரண மனிதன் முயற்சியால் அழிக்கப் பட்டு விடும் என்றும் இதனால் மனித சமூகத்தின் மேன்மை போய் விடும் என்றும் பயந்தே இம்மாதிரி விஷமப் பிரசாரம் செய்வதாயும், பலாத்கார செயல்கள் கூட செய்ய வேண்டி இருப்பதாயும் தீர்மானிக்க வேண்டி இருக்கிறது.

இவ்விதமாக கடவுள் நம்பிக்கையின் பேரால், மத நம்பிக்கையின் பேரால் பலாத்காரச் செயல் - எதிர்ப் பிரசாரம் - விஷமப் பிரசாரம் ஆகியவைகள் செய்யப்படுவது பெரிதும் அறியாமையால் என்றோ, மதத்தையும் கடவுள் தன்மையையும் சரிவர உணராததினால் என்றோ அல்லது மதவெறி கடவுள் வெறி என்றோ சொல்லி விட முடியாது. ஏனெனில் கடவுளும் மதமும் உலகில் மக்கள் தோன்றிய காலமுதலே அவற்றிற்கு எதிரிடையான கருத்துடையவர்களையும், அவற்றை ஒப்புக் கொள்ளாதவர்களையும் அரசாங்கமும், மத ஸ்தாபனக்காரர்களும் கொன்றும், சித்திரவதை செய்தும், தண்டித்தும், கொடுமை செய்தும் வந்திருப்பதானது கடவுள் மதம் சம்பந்தமான சரித்திரங்களாலும், பிரசார முறைகளாலும் நன்றாய் உணரலாம்.

இக்கொள்கை முறையை இன்னும் சில சமயக்காரர்களும் கையாண்டு வருவதையும் நம் போன்றவர்கள் கடவுள், மத நம்பிக்கைக்காரர்கள் என்பவர்களால் நடத்தப்படுவதையும் கொண்டு உணரலாம். ஆகவே இதன் கருத்து சுயநலமும் சோம்பேறி வாழ்க்கைப் பிரியமும் ஒழிய வேறில்லை.

மதம்

மதம் என்பதும் "சர்வ வல்லமையும்" "சர்வ வியாபகமும்" உள்ளதாகச் சொல்லப்படும் கடவுள் உணர்ச்சியை மக்களிடம் பெருக்கவும், அதை நிலை நிறுத்தவும் ஏற்பட்டஸ்தாபனங்களாய் இருந்து வருகின்றனவேயொழிய மற்றபடி எந்த மதத்தாலாவது, அதைச் சேர்ந்த உலக மக்கள்

வாழ்க்கையிலோ பொருளாதாரத்திலோ சுதந்திரமோ, சமத்துவமோ பெற்று, கேவலம் ஜீவனத்திற்காக மற்ற மனிதனுக்கு அடிமையாகாமல் வாழ்வதற்கு இடமளித்திருப்பதாய் காண முடியவில்லை ஒரு மதக்காரனே தன் மதத்தைச் சேர்ந்த மற்றொருவனை அடிமைக் கொண்டிருக்கிறான். ஆனால் அவன் மத நம்பிக்கையென்பது "மக்கள் யாவரும் கடவுள் பிள்ளைகள்" "எல்லோரும் சமமானவர்கள்" என்று போதிப்பதாகத்தான் சொல்லுகிறான்.

ஆனால் ஏழை, பணக்காரன், கூலிக்காரன், எஜமான் என்கின்ற வித்தியாசம் எப்படி ஏற்பட்டது என்பதை மாத்திரம் உணரும்போது "எல்லாம்வல்ல கடவுள் சக்தியையும், சமத்துவ மத போதனையையும்" மறந்து விடுகின்றான்.

மதம் என்பது ஒரு போதை தரும் - (வெறி உண்டாக்கும்) வஸ்து என்று பல அறிஞர் கூறியிருப்பது போல் மதத்தின் ஆதிக்கத்தில் கட்டுண்டு இருப்பவர்களுக்கு ஆவேசமும், வெறியும் உண்டாவது தான் முக்கிய பலனாக இருக்கிறதேயொழிய அது கஷ்டப்படுகின்ற, ஒரு பாவமுமறியாத பாமர மக்களுக்கு காரியத்தில் இன்று என்ன நன்மை செய்திருக்கிறது? செய்கிறது? மதத்தால் மக்களுக்கு என்ன ஒழுக்கம் ஏற்பட்டிருக்கிறது? என்ற கேள்விக்கு ("இது மதத்துரோகமான கேள்வி" என்று சொல்லுவதல்லாமல் வேறு) எவ்விதமான பதிலும் சொல்லுவதற்கு இடம் காணவில்லை.

எல்லா மதங்களும் கடவுள் அருளால், கடவுள் அம்சம் பெற்றவர்களால், அவரால் அனுப்பப்பட்டவர்களால் ஏற்பட்ட தாகச் சொல்லப் பட்டாலும் ஒரு மதத்திற்கும், மற்றொரு மதத்திற்கும்

நடப்பு, வேஷங்கள், சடங்குகள் ஆகியவைகளுடன் மற்றும் பல முக்கிய விஷயங்களில் பெருத்த மாறுபாடும், துவேஷமும், வெறுப்பும் சிறிதாவது காணப்படுவானேன், என்பதைப் பார்த்தால் ஒன்றா பத்து மதங்கள் இருந்தால் அதில் ஒன்று உண்மை போக, பாக்கி ஒன்பது மதங்கள் பொய்யாகத் தான் இருக்க வேண்டும். அல்லது ஒவ்வொரு மதமும் வெவ்வேறு கடவுள் அருளால் ஏற்பட்டதாயிருக்க வேண்டுமேயொழிய ஒரே கடவுள் அருளால் ஏற்பட்ட தாயிருக்காது. எப்படியிருந்தாலும் சர்வசக்தி, சர்வ வல்லமை, சர்வ வியாபகம் உள்ள ஒரு கடவுள் அருளால் எந்த மதமாவது ஏற்பட்டது என்று சொல்வது பகுத்தறிவுக்கும், விவகாரத்திற்கும் நிற்காத காரியமேயாகும் அன்றியும் ஒரேமதத்தை அனுசரிக்கிற மக்கள் எல்லோரும் ஒரே மாதிரி நடக்கிறார்கள் என்று சொல்லுவதற்கோ, அல்லது மதசக்தியானது மக்கள் யாவரும் ஒரே மாதிரி நடத்தப்பட பயன்படுகின்றது என்று சொல்லுவதற்கோ இடமில்லாமல்தான் எல்லா

மதங்களும் இருந்து வருகிறது. ஏனெனில் ஊருக்கு ஒரு விதம் வகுப்புக்கு ஒரு விதம் நடப்பதுடன் வெளிப்படையாகவே ஒரே ஊரில் ஒரே மதக் கொள்கைக்கு பலவித வியாக்கியானங்களும் ஏற்பட்டு இருப்பதுடன் நடப்புகளும் எண்ணங்களும் வேறுபட்டிருக்கின்றன. ஒரு சமயம் இப்படி மாறுபட்டு நடப்பவர்கள் எல்லோரும் மூட மக்கள் என்றும், மதத்தை சரிவர உணராதவர்கள் என்றும் சுலபமாய் சொல்லி விடலாம். ஆனாலும் அந்த மதத்தை நம்பி அதை தலைமுறை தலைமுறையாக பின்பற்றி வந்த மக்களின் கதி அதுதானா என்பதும் அம்மதத்திற்கு உள்ள சக்தி அவ்வளவு தானா? என்பதுமாவது யோசிக்க வேண்டிய முக்கிய விஷயமல்லவா? என்று கேட்கின்றேன்.

எது எப்படியிருந்தாலும்

எது எப்படியிருந்த போதிலும் முன் குறிப்பிட்ட அதாவது "சர்வ சக்தி சர்வ வியாபகம் சர்வ தயாளத்துவம் கொண்ட கடவுளால்" சிருஷ்டிக்கப் பட்டவர்களாகவும் "சர்வ சமரசம் கொண்ட மதத்தைப் பின்பற்றியவர்களாகவும் உள்ள மக்களுக்குள் ஒருவன் ரிக்ஷா வண்டி இழுத்து கஷ்டப்படவும், ஒருவன் அதின் மேல் சுகமாய் உட்கார்ந்து சவாரி செய்யவும், ஒருவன் கிரீடத்தை அணிந்து பல்லக்கில் சவாரி செய்யவும் 16 பேர்கள் முக்கி முக்கி சுமந்து செல்லவும் அக்கடவுளும் மதமும் எப்படி அனுமதித்தது என்ற கேள்விக்கு "அது நமக்குத் தெரியாது சர்வ சக்தி உள்ள கடவுள் செயல்" என்பதைத் தவிர இது வரை எந்த கடவுள் நம்பிக்கைக்காரரும் மத நம்பிக்கைக் காரரும் வேறு பதில் சொன்னதாகத் தெரியவில்லை. ஒரு சமயம் இச் செய்கைக்கு முறையே

ஒருவனின் அதாவது "ரிக்ஷா வண்டியிழுப்பவனின் முட்டாள் தனமும், சவாரி செய்பவனின் அயோக்கியத் தனமும்" என்று பதில் சொல்லக் கூடுமானாலும் சர்வ சக்தியும் சர்வ வியாபகமும் சர்வ தயாபரத்துவமும் உள்ள கடவுளுக்கும் சர்வ மனித சமூக சமத்துவமாகிய மதத்திற்கும் தன்னை ஏற்றித் துதித்துப் பின்பற்றும் மக்களின் இம்மடமையையும், அயோக்கியத் தனத்தையும் நிறுத்த முடியவில்லை என்பதாவது விளக்குகின்றதா இல்லையா? என்பதை பொறுமையோடு பகுத்தறிவுடன் நடுநிலையில் இருந்து யோசித்துப் பாருங்கள். சற்று கவனியுங்கள் தோழர்களே இங்கு சற்று கவனியுங்கள். என்னவென்றால் மேல் சொன்ன கடவுள் உணர்ச்சியும் மத உணர்ச்சியும் மேற்சொன்ன மடமையையும் அக்கிரமத்தையும் ஒழிப்பதற்குச் சிறிதும் பயன்படாமலிருப்பதோடு அம் மடமையையும், கொடுமையையும் நிலை நிறுத்துவதற்கும், அமுல் நடத்துவதற்கும் பயன்பட்டு வருகின்றதா இல்லையா என்பதை பரிசுத்த நிலையிலிருந்து யோசித்துப் பாருங்கள்.

கடவுள், மத உணர்ச்சியானது மக்களின் சுதந்திரத்திற்கும் சமத்துவ வாழ்விற்கும் இவ்வளவு இடையூறுகளுக்கும் தார தம்மியங்களுக்கும் இடந்தராதிருக்குமானால் நான் அவைகளைப் பற்றி இவ்வளவு கவலை எடுத்துக் கொள்ள வேண்டிய அவசியமே ஏற்பட்டிருக்காது. கடவுள், மத பிரசாரத்தின் பேரால் வயிற்றுப் பிழைப்பு நடத்த வேண்டியவர்களின் பரிதாபத்திற்காகவாவது சும்மா விட்டு விடுவேன் என்பதை நம்புங்கள். ஏனெனில் ஒரு மனிதன் அனாவசியமாய் அர்த்தமும் குறிப்பும் அற்ற வார்த்தைக்காக பைத்தியம் பிடித்திருந்தாலொழிய

போராடிக் கொண்டிருக்க முடியாது. ஆனால் அதனால் பாமரமக்கள் சமூகத்திற்கு விளையும் கெடுதியைப் பார்க்கும் போது உண்மையான உணர்ச்சி உள்ளவன் அதை ஒழிக்கப் போராடாமல் இருக்க முடியாது.

கவலையில்லை

கடைசியாக "உலக உற்பத்திற்கும் இயற்கைத் தோற்றங்களுக்கும் நடப்புக்கும் ஏதாவது ஒரு காரணப் பொருள் இருக்க வேண்டாமா" என்று கேட்பதின் மூலம் எப்படியாவது ஒரு சக்தி உண்டு என்பதை ஒப்புக் கொள்ளச் செய்து அதிலிருந்தே ஒரு கடவுளை கற்பிக்க முயற்சிகள் செய்யப்படு வதையும் அத்தோடேயே சர்வசக்தி, சர்வ வியாபக கடவுள் நம்பிக்கைக் காரர்கள் திருப்தி அடைந்து விடுவதையும் பிறகு அதை அஸ்திவாரமாக வைத்துப் பெரிய ஆகாய கோட்டைகள் கட்டுவதையும் பார்த்திருக்கிறேன். உலக உற்பத்திக்கும் அதில் காணப்படும் தோற்றங்களுக்கும் நடப்புகளுக்கும் விஞ்ஞானம் என்னும் சைன்சை தொடர்ந்து கொண்டே போனால் சமாதானம் கிடைக்கலாமானாலும் பிறகு "சைன்ஸ்சுக்கு யார் கர்த்தா" என்கின்ற கேள்வியும் பிறக்கும். அதை இதுவரை எந்த அறிவாளியும் கண்டு பிடிக்க வில்லை என்று பதில் சொன்னால் "அதுதான் கடவுள்" என்று சொல்லி திருப்தி அடைவார்கள். அப்படியானால் அந்தக் கடவுளுக்கு யார் கர்த்தா அவர் எப்படி உண்டானார், அவரின் நடவடிக்கைக்கு என்ன காரணம் என்பதான கேள்விகளை முன்னைய விஷயங்களுக்கு போடப் பட்ட கேள்விகளைப் போலவே, போட்டோமானால் அப்படிப் பட்ட கேள்வி கேட்கக் கூடாது என்றும், கடவுளும்,

சக்தியும் தானாக உண்டானதென்றும் அதற்குக் கால வரையறை இல்லையென்றும் சொல்லுவார்கள். அச்சமாதானத்தால் நாம் திருப்தி யடையாவிட்டால் அல்லது இது உங்களுக்கு எப்படித் தெரிந்தது என்று கேட்டால் (அல்லது கடவுள் தானாக உண்டாகும் போது இயற்கை தானாக உண்டாகாதா என்று கேட்டால்) உடனே நம்மை நாஸ்திகன் என்று சொல்லி விடுவார்கள். இந்த மாதிரி நிலையில் தான் ஏதோ யூகத்தின் மீது அதுவும் "ஏதாவது ஒரு காரணம் இருக்க வேண்டாமா" என்கிற யூகத்தின் மீதே "இதுவாயிருக்கலாம் அல்லது அதுவாயிருக்கலாம்" என்கின்ற பொறுப்பற்ற நிலையில் கற்பிக்கப்பட்ட ஒரு கடவுள் என்பதைப் பற்றி நாம் சிறிதும் கவலைப் படுவதில்லை பொறுப்பு ஏற்றுவது ஆனால் அப்படிப்பட்டதின் மீது மனித வாழ்க்கையின் பொறுப்புகளை சுமத்துவதும், அதை வணங்குவது, தொழுவது, பிரார்த்தனை செய்வது என்பதும், அதை வணங்கினால் பிரார்த்தித்தால் தொழுதால் அதற்காக நேரத்தையும் அறிவையும் பணத்தையும் செலவு செய்தால் பயன் பெறலாம் என்பதும் பிரதிபலன் உண்டென்பதும் பாவங்கள் மன்னிக்கப்படுமென்பதும், மற்றும் மனிதனால் தன் சுயநலத்திற்காகவும் சோம்பேறி வாழ்க்கைப் பிரியத்திற்காகவும் பிறருக்குச் செய்யப்படும் சூட்சிக்கும் அக்கிரமத்திற்கும் கடவுள் செயலே காரணம் எனச் சொல்லி ஏமாற்றுவதைப் பார்த்தால் பிறகு எப்படிப்பட்ட கடவுள் உணர்ச்சியானாலும் அது எங்கிருந்த போதிலும் அதை அழித்தே தீர வேண்டியிருக்கிறது.

திருடனுக்கும் கடவுள்

அன்றியும் திருடப் போகிற ஒரு திருடன் தான் திருடப் புறப்படுமுன் தனக்கு "நல்ல திருட்டுக் கிடைக்க வேண்டும்" என்று கடவுளை பிரார்த்தித்து விட்டுப் புறப்படுகிறான். நல்ல திருட்டுக் கிடைத்தவுடன் அதில் ஒரு சிறு பாகத்தை கடவுளுக்கும் அதன் திருப்பணிகளுக்கும் செலவு செய்து கடவுள் உணர்ச்சியை அனுபவிக்கிறான். இது போலவே ஒரு கொலைகாரனும் தான். விடுதலை அடையக் கடவுளைத் துதித்து விடுதலையடைந்த உடன் கடவுளுக்கு பூசை அபிஷேக முதலியது செய்து நன்றி செலுத்துகிறான். இது போலவே சொத்துக்களை வைத்திருக்கும் உடமைஸ்தனும் தனது சொத்துக் களைத் திருடர்கள் கொள்ளை கொள்ளக் கூடாது என்று கடவுளைப் பிரார்த்தித்து நன்றி செலுத்துகிறான். இது போலவே கடவுள் நம்பிக்கை உள்ள சகல சோம்பேறிகளும் செல்வவான்களும் கடவுள் பிரார்த்தனையின் மீதே தங்கள் வியாபாரத்தை நடத்துகின்றார்கள்.

ஆகவே கடவுள் செயலும் கடவுள் கருணையும் எவ்வளவு ஒழுக்க குறைவுக்கும் அநீதிக்கும் இடம் தருகின்றது என்று பாருங்கள். அவை இதைத் தவிர வேறு எதற்காவது பயன்படுகின்றதா என்றும் பாருங்கள். மத விஷயத்திலும் மதம் என்றால் என்ன என்கிற விவகார காலத்தில் மதவாதிகள் "மனித சமூக வாழ்க்கை ஒழுங்காகவும் ஒரு கட்டுப் பாட்டிற்கு உள்பட்டும் நடைபெறுவதற்காக அனுபோகஸ்தர்களால் வகுக்கப்பட்ட திட்டங்களே மதம்" என்றும், மதக் கொள்கைகள் என்றும் அவை காலதேச வர்த்தமானத்திற்கு ஏற்றவாறு திருத்திக்

கொள்ளக் கூடியது என்றும் சொல்வதுடன் அதற்கு உதாரணமாக அவ்வப்போது பல சீர்திருத்தவாதிகள் தோன்றி புதிய திட்டங்கள் ஏற்படுத்த சீர்திருத்தி இருக்கிறார்கள் என்றும் ஒரு சிலரால் சொல்லப்பட்டு இதுதான் மதம் என்பதின் அருத்தம் என்று சொல்லி அதனிடம் நமக்குத் தகராறு இருக்கக் கூடாது என்கிறார்கள். அப்படியானால் அக்கொள்கைகளின் குண தோசங்களைப் பொருத்தும் அதனால் ஏற்படும் பயன்களைக் குறித்தும் யோசிக்கவும் திருத்தவும் ஒவ்வொரு வருக்கும் உரிமை உண்டு என்பதை அவர்கள் ஒப்புக் கொள்ளத் தயாராயிருக்க வேண்டும்.

அப்படிக்கில்லாமல் மதம் என்பது மனித சக்திக்கு மீறிய ஒரு சக்தியையுடைய மக்களால் ஏற்படுத்தப் பட்டது என்றும், அதன் கொள்கைகள் எல்லாம் எங்கும் எக்காலத்திற்கும் ஒரே மாதிரியாய் இருக்கத்தக்கது என்றும், அவைகளில் எக்காலத்திலும் எவ்வித மாற்றமும் ஏற்படுத்த எவருக்கும் உரிமை இல்லை என்றும், அதனால் யாருக்கு எவ்வளவு கெடுதி இருந்த போதிலும் பயனில்லாத போதிலும் பின்பற்றித் தான் ஆக வேண்டும் என்றும் சொல்லப்படுமானால் அப்படிப்பட்ட மதத்தை நாம் சிறிதும் ஒப்புக் கொள்ள முடியாது என்பதுடன் அவ்வித மூட அடுக்கு முறை உணர்ச்சியை கொண்ட மதத்தை என்ன விலை கொடுத்தாவது அழித்தாக வேண்டும். ஏனெனில் அவை மனித சமூக முற்போக்கை தடை செய்வதுடன் மனித சமூக ஒற்றுமைக்கும் சுதந்திரத்திற்கும் சம உரிமைக்கும் இடையூறாய் இருக்கின்றன.

மற்றும் மதத்தின் பேரால் அநேக அற்புதங்களும், இயற்கைக்கும் மனித சக்திக்கும் மீறிய காரியங்களும் பலர் செய்ததாகவும் கதைகள் கட்டி மக்களை

மூடர்களாகவும், மூட நம்பிக்கைகாரர்களாகவும் ஆக்கப்பட்டு வருகின்றதுடன் ஏராளமான பொருளும் முயற்சியும் நேரமும் மனித சமூக நன்மைக்கும் சமத்துவத்துக்கும் உபயோகப்படாமல் பாழாக்கப் படுகின்றன. அன்றியும் அறிவும் ஆராய்ச்சியும் கட்டுப் படுத்தப்பட்டு அடிமையாக்கப்படுகின்றன. இவ்வளவு கேட்டை எப்படி சகித்துக் கொண்டிருக்க முடியும், ஏன் சகிக்க வேண்டும் என்று யோசித்துப் பாருங்கள்.

தேசீயம்

தேசீயம் என்பதும் முற்கூறியவைகளை போன்ற ஒரு போலி உணர்ச்சிதான். ஏனெனில் தேசிய உணர்ச்சி என்பதானது இன்று உலக பொதுமக்கள், அதாவது உலகில் எங்கும் பெரும்பான்மையாய் இருந்து வரும் மக்கள் தொழில் இன்றியும், தொழில்

செய்தாலும் ஜீவனத்திற்கும் வாழ்விற்கும் போதிய வசதிகள் இன்றியும் கஷ்டப்படும் ஒரு உண்மையை மறைப்பதற்கும் மற்றும் அப்படிப் பட்ட கஷ்டப்படும் மக்கள் ஒன்று சேர்ந்து தங்களுடைய நிலைமைக்கு பரிகாரம் தேடுவதை தடைப்படுத்தவும் ஆங்காங்குள்ள செல்வந்தர்களால் அதிகாரப் பிரியர்களால் சோம்பேறி வாழ்க்கை சுபாவிகளால் கற்பிக்கப்பட்ட சூழ்ச்சியாகும். தேசீயம் என்பதும் மனிதனுக்கு ஒரு மயக்கமும் வெறியும் உண்டாக்கும் வார்த்தையாக ஆகிவிட்டது. தேசம் என்றால் எது?

தேசம் என்றால் எது? உலகப் பரப்பு ஐந்து கண்டங்களாகப் பிரிக்கப்பட்டிருக்கின்றது. ஒவ்வொரு கண்டத்திற்கும் பல தேசங்கள் இருக்கின்றன. ஒவ்வொரு தேசத்திற்கும் பல மாகாணங்கள் இருக்கின்றன, ஒவ்வொரு மாகாணத்திற்கும் பல ஜில்லாக்களும், மற்றும் பல உட்பிரிவுகளும் இருக்கின்றன. இவைதவிர ஒவ்வொரு கண்டத்திலும், தேசத்திலும் மாகாணத்திலும் பல மாதிரியான பிறவிகளும், பல ஜாதிகளும், பல பாஷைகளும், பல மதங்களும், பல உட்பிரிவுகளும், பல பழக்க வழக்கங்களும் இருக்கின்றன. இவை அவரவர்களுக்கு தெய்வக்கட்டளை என்றும் மதக் கட்டளை என்றும் தேசிய கொள்கை என்றும் தங்கள் வாழ்நாளில் எப்பொழுதும் மாற்ற முடியாது என்றும் இவைகளில் எதையும் காப்பாற்ற உயிர் விட்டாவது முயற்சிக்க வேண்டும் என்றும் கருதிக் கொண்டிருப்பதாகும். இவற்றின் பயனாய் மக்கள் ஒருவருக்கொருவர் வேற்றுமை உணர்ச்சி கொண்டிருப்பதை நன்றாய் பார்க்கின்றோம். அன்றியும் உலகத்தில் உள்ள தேசம் முழுவதிலும் உயர்ந்த ஜாதி தாழ்ந்த ஜாதி,

ஏழை - பணக்காரன், கீழ் நிலை - மேல் நிலை, கஷ்டப்படுகின்றவன் - கஷ்டப்படுத்துகிறவன் முதலிய கொடுமைகள் இருந்தும் வருகின்றன. இவற்றுள் என்ன கொள்கைமீது எப்படிப்பட்ட மக்கள் எவ்வளவு விஸ்தீரணத்தை பிரித்துக் கொண்டு தங்களுக்கென தனித்த தேசம் தேசீயம் என்ற ஒன்றைச் சொல்லிக் கொள்ளுவது என்பது எனக்கு புரியவில்லை நமது தேசம் என்று எந்த விஸ்தீரணத்தையும் தன்மையையும் தனிப்படுத்திக் கொண்டு பேசினாலும், அதிலுள்ள தன்மைகள் என்னென்னவோ, அதிலுள்ள மனிதர்களின் நிலை என்னென்னவோ, அதுதான் மற்ற எந்த தேசம் என்பதிலும் நாடு என்பதிலும் இருந்து வருகிறது. நாம் குறிப்பிடும் தேசத்தில் உள்ள பெரும்பான்மையான மக்கள் எவ்வளவு கஷ்டப்படுகின்றவர்களாகவும் தாழ்மைப்படுத்தப் பட்டவர்களாகவும் இருந்து வருகின்றார்களோ அவ்வளவு நிலையில் தான் மற்ற தேசத்தார் என்கின்ற மக்களும் இருந்து வருகிறார்கள். நம்முடைய தேசம் என்பதிலுள்ள எந்த விதமான மக்களின் துயரம் நீக்கப் பாடுபடுகின்றோம் என்கின்றோமே, அந்த விதமான துயரம் கொண்ட மக்கள் அன்னிய தேசம் என்பதிலும் இருந்துதான் வருகின்றார்கள். நம்முடைய தேசீயம் என்பதிலேயே எந்த விதமான மக்கள் சோம்பேறிகளாகவும் சூழ்ச்சிக்காரர்களாகவும், செல்வவான்களாகவும் அரசாங்க ஆதிக்கக்காரர்களாகவும், குமார்களாகவும் இருந்து பெரும் பான்மையான பொது ஜனங்களை பல சூழ்ச்சிகளால் அடக்கி ஆண்டு அடிமைகளாக்கி பட்டினி போட்டு வதைத்து தாங்கள் பெருஞ்செல்வம் சேர்த்து வாழ்ந்து சுகபோகம் அனுபவித்து வருகின்றார்களோ அது போலத்தான் அன்னிய தேசம் என்பதிலும் சிலர் இருந்து அந்நாட்டு

பெரும்பான்மையான மக்களை கொடுமைப்படுத்தி வருகின்றார்கள். இந்த நிலைமையில் என்னக் கொள்கையைக் கொண்டு எந்த லட்சியத்தைக் கொண்டு உலகப்பரப்பில் ஒரு அளவை மாத்திரம் பிரித்துத் தேசாபிமானம் காட்டுவது என்று கேட்கின்றேன்.

துருக்கி தேசத்துக்கும், இந்தியா தேசத்திற்கும் சண்டை வந்தால் இந்திய இஸ்லாமியர்களுக்கு தேசாபிமானம் இந்தியாவுக்கா? துருக்கிக்கா? ஹைதராபாத்துக்கும் மைசூருக்கும் யுத்தம் தொடங்கினால் ஹைதராபாத் இந்தியர்கள் தேசாபிமானம் மைசூருக்கா?

ஹைதராபாத்துக்கா? ஆகவே தேசம் தேசாபிமானம் என்கின்ற வார்த்தைகளும் கடவுள் மதம் என்பது போன்றே ஒரு வகுப்பாருடைய சுய நலத்திற்கு ஏற்ற ஒரு சூழ்ச்சி வார்த்தை என்று சொல்ல வேண்டியிருப்பதைத் தவிர வேறு ஒன்றும் சொல்ல முடியவில்லை. முடிவாகக் கூறும் பட்சத்தில் தேசாபிமானம் என்பது ஒவ்வொரு தேச முதலாளியும் மற்ற தேச முதலாளிகளுடன் சண்டை போட்டு தங்கள் தங்கள் முதலை பெருக்கிக் கொள்ள ஏழை மக்களை – பாமர மக்களை பலி கொடுப்பதற்காக கற்பித்துக் கொண்ட தந்திர வார்த்தையாகும்.

உதாரணமாக இங்கிலாந்து தேச முதலாளிகள் அமெரிக்கா நியூயார்க் தேச முதலாளிகளுடன் சண்டை போட்டு வெற்றி பெற்று தங்கள் செல்வத்தை மேலும், மேலும் பெருக்கிக் கொள்ள சணடை வேண்டும் என்கின்ற ஆசை ஏற்பட்டால் அல்லது நியூயார்க் முதலாளிகள் வேறு தந்திரத்தின் மூலம் இங்கிலாந்து தேசத்து முதலாளிகளின் செல்வத்தை கொள்ளை

கொள்ள முயற்சிப்பதாயிருந்தால் இங்கிலாந்து தேசத்து முதலாளிகள் இங்கிலாந்து தேசத்து ஏழைமக்களையும் பாமர மக்களையும் பார்த்து "ஓ இங்கிலாந்து தேசிய வீரர்களே, தேசாபிமானிகளே தேசத்துக்கு நெருக்கடி வந்து விட்டது. இங்கிலாந்து மாதா உங்கள் கடமைகளைச் செய்ய அழைக்கிறாள் ஓடி வாருங்கள், ஓடி வாருங்கள்" என்று கூப்பாடு போடுவார்கள். கூலிகளை அமர்த்தியும் வயிற்றுப் பிழைப்பு பத்திரிகை காரர்களுக்கு எலும்பு போட்டும் பிரசாரம் செய்விப்பார்கள். இது போலவே அமெரிக்க முதலாளியும் தன் தேசம் நெருக்கடி நிலையில் இருப்பதாகவும் அமெரிக்க மாதா அங்குள்ள பாமர மக்களையும், வேலையில்லாமல் வயிற்றுக் கஞ்சிக்கு வகையில்லாமல் பட்டினி கிடக்கும் ஏழை மக்களையும் தங்கள் கடமையைச் செய்ய அழைப்பதாகவும், கூவிக் கொண்டு கூலி கொடுத்து பிரசாரம் செய்வார்கள்.

இரண்டு தேச ஏழை மக்களும் மற்றும் சாப்பாட்டிற்கு அறவே வேறு வழியில்லாத மக்களும் கிளர்ச்சியில் சேர்ந்தும் பட்டாளத்தில் சேர்ந்தும் துப்பாக்கியை தூக்கிக் கொண்டு சண்டைக்குப் போய் ஒருவரை ஒருவர் சுட்டுக் கொன்று கொள்ளுவார்கள் சிறைப் பிடிப்பதின் மூலம் இரு தேச சிறையையும் நிரப்பி விடுவார்கள். கணக்குப் பார்த்தால் இரு குயிலும் பத்து லக்ஷக்கணக்கான மக்கள் உயிர் விட்டிருப்பார்கள். பிறகு இருவரும் ராஜியாகப் போயோ அல்லது யாராவது ஒருவர் ஜெயித்தோ இருப்பார்கள்.

ஜெயம் பெற்றவர்களுக்கு முதலோடு முதல் சேரும், அல்லது தங்கள் முதல் என்றும் குறையாத மாதிரியில் பத்திர மேற்பட்டிருக்கும். ஆனால் சுட்டுக் கொண்டு செத்தவர்களுக்கு சுடுகாடும் அவர்கள் பெண் ஜாதிகளுக்கு சிறு பிச்சையும் அல்லாமல் மற்ற ஏழை மக்களுக்கு என்ன பயன் என்பதை யோசித்துப் பாருங்கள். அமெரிக்கா குடி அரசு நாடாவதற்கும் அன்னிய ஆஷியைத் துரத்துவதற்கும் அமெரிக்க ஏழைமக்கள் தொழிலாளி மக்கள் எவ்வளவு பாடு பட்டிருப்பார்கள் எவ்வளவு உயிர்ப்பலி கொடுத்திருப்பார்கள் என்பதை அமெரிக்கா விடுதலைச் சரித்திரத்தை புரட்டிப் பாருங்கள். இன்று அதன் பயனாக உலகில் அமெரிக்காவிலேயே அதிகமான செல்வவான்களும், வியாபாரிகளும் விவசாயப் பெருக்கும் இருந்து வருகின்றன. ஆனால் ஏழைகள் படும் கஷ்டமும் வேலையில்லாத பட்டினியும் தொழிலாளிகள் அனுபவிக்கும் கொடுமையும் அமெரிக்காவில் இன்றைய தினம் இருந்து வருவது வேறு எந்த நாட்டிற்கும் குறைந்ததல்ல.

தோழர்களே! அமெரிக்கா தேசாபிமானத்தின் தன்மையும் அதன் பயனையும் சிந்தித்துப் பாருங்கள். அமெரிக்கா அன்னிய ஆட்சியை ஒழித்ததாலும் ஒரு அரசனையே விரட்டிவிட்டு "குடிகளின் ஆட்சி" ஏற்படுத்திக் கொண்டதாலும் ஏழை மக்களுக்கு என்ன பயன் ஏற்பட்டது என்பதை மற்றொரு தரம் யோசித்துப் பாருங்கள்.

இந்த இலங்கையில் இருந்து கொண்டு இந்திய தேசாபிமானம் பேசும் தேசீய வீரர்களைப் பற்றி சற்று சிந்தித்துப் பாருங்கள், அவர்கள் ஏறக்குறைய அத்தனை பேருக்கும் 100க்கு 90 பேர் இந்தியா முதலிய தேசத்தில் இருந்து வந்து இலங்கை தேசத்தை சுரண்டிக் கொண்டு போக இருக்கிறவர்களும் அவர்களுக்கு உதவியாளர்களாய் - அடிமைகளாய் இருப்பவர்களும் ஆகும்.

லேவாதேவிகாரர்கள் பெரிதும் மாதம் 100க்கு 12 வரை வட்டி வாங்கி ஏழை மக்களையும் இலங்கை வாசிகளையும் பாப்பராக்கி கொள்ளை கொண்டு போக வந்தவர்களும், விவசாயக்காரர் பெரிதும் இலங்கை பூமிகளை ஏராளமாய் கைப்பற்றி விவசாயம் செய்து கூலிகள் வயிற்றில் அடித்து பொருள் சேர்த்து கொள்ளை கொண்டு போக வந்தவர்களும், வியாபாரிகள் கொள்ளை லாபம் அடித்து இலங்கை செல்வத்தை கொள்ளை கொண்டு போக வந்தவர்களும், உத்தியோகஸ்தர்கள் இலங்கை ஆட்சியில் வந்து புகுந்து இலங்கையர்களின் அனுபவத்தில் மண்ணைப் போட்டு பணம் சுரண்டிக் கொண்டிருக்கும் படித்த கூட்டத்தாரும் ஆணவம் பிடித்த வன்னெஞ்ச பார்ப்பனர்களுமாகக் கூடிக் கொண்டு இந்திய தேசாபிமானக் கூப்பாடு போடுகின்றார்கள்.

வெள்ளைக்காரனான அன்னியன் 100க்கு வருஷம் 6 வட்டிக்கு கொடுத்தால் கருப்பனான அன்னியன் 100க்கு மாதம் 6 வட்டிக்கு கொடுக்கிறான். வெள்ளையன் பணக்காரர்களிடம் வட்டி வாங்கினால் கருப்பன் ஏழைகளிடம், கூலிகளிடம் வட்டி வாங்கி கொடுமைப்படுத்துகிறான்.

இந்தப்படி மக்களை வதைத்து கொள்ளை அடிப்பவர்களே (வெள்ளையரிலும், கருப்பர்களிலும்) எங்கும் கடவுளபிமானம், மதாபிமானம், தேச அபிமானம் பேசுகிறார்கள்.

ஆகவே இவ்விஷயங்களை அதாவது கடவுள், மதம், தேசம், என்கின்ற விஷயங்களை இனி அறவே மறந்து விடுங்கள். அவை ஒரு நாளும் கஷ்டப்படும் மக்களுக்குப் பயனளிக்காது.

உலகில் ஏழை பணக்காரன் என்று இரண்டு வகுப்புக்கள் இருக்கவும் ஏழைகளைத் தொழிலாளிகளை, பணக்காரரும் சோம்பேறிகளும் வஞ்சித்து நிரந்தரமாய் வாழவும் தான் பயன்படும்.

முடிவு

தோழர்களே! முடிவாக ஒன்று கூறுகிறேன். சரீரத்தினால் நெற்றி வியர்வை சொட்ட கஷ்டப்படும் மக்களைப் பாருங்கள்.. வேலை இல்லாமல் திண்டாடும் மக்களையும், அவர்களது பெண்டுபிள்ளைகளின் பட்டினியையும், கொடுமையையும் பாருங்கள். வீடு வாசல் இல்லாமல் மூட்டை முடிச்சுகளை தலையில் சுமந்து கொண்டு கஞ்சிக்கு ஊர் ஊராய்த் திரியும் கூலி மக்களைப் பாருங்கள். இவ்வித மக்கள் உலகில் எங்கெங்கு யார் யாரால் கஷ்டப்படுத்தப்படுகிறார்கள் என்பதையும் பாருங்கள். உயர்ந்தவன் – தாழ்ந்தவன்,

பார்ப்பான் - பறையன், முதலாளி - தொழிலாளி,
குரு - சிஷ்யன், மகாத்மா - சாதாரண ஆத்மா,
அரசன் - குடிகள், அதிகாரி - பிரஜை என்பவை
முதலாகிய பாகுபாடுகளை இடித்துத் தள்ளி தரை
மட்டமாக்குங்கள். அதன் மீது தேசம், மதம், ஜாதி
என்கின்ற பாகுபாடு இல்லாததும், மனித சமூகம்
சமஉரிமை - சமநிலை என்கின்ற கட்டடத்தை

கட்டுங்கள். இதைச் செய்ய நீங்கள் உலகில் உள்ள கஷ்டப் படும் எல்லா மக்களுடனும் ஜாதி, மதம், தேசம் என்கின்ற வித்தியாசம் இல்லாமல், பிரிவினைக்கு ஆளாகாமல் ஒன்று சேருங்கள். அப்போது நீங்கள் கண்டிப்பாய் வெற்றி அடைவீர்கள்.

தேசபக்தி தேசீயம் என்னும் சூழ்ச்சியானது பல வருஷங்களாக மக்களை அன்னிய நாட்டு நடப்புகளையும் அன்னிய நாட்டு மக்கள் நிலைமையையும் உணர முடியாமல் செய்து வந்த காரணமே உலக ஒற்றுமை ஏற்பட முடியாமல் இருந்து வருகின்றது.

தெளிவாய் சொல்ல வேண்டுமானால்

"அன்னிய ஆட்சி" "சுயாட்சி" என்பதெல்லாம் அறவே ஏழை மக்களுக்கு பயனற்றதும் சூழ்ச்சி நிறைந்ததுமேயாகும். சுயாட்சி உள்ள நாட்டிலும், சுயராஜ்யம் உள்ள ஊரிலும் ராஜாவே இல்லாத குடி அரசு தேசத்திலும் பணக்காரன் கொடுமையும், பாதிரியின் சூழ்ச்சியும், ஏழைகளின் கஷ்டமும், பாமர மக்களின் மடமையும் இருந்துதான் வருகின்றது. கடவுள் பக்தியும் மத பக்தியும் தேசாபிமானமும் நிறைந்து ததும்பும் நாடுகளிலும் இக்கொடுமைகள் இருந்துதான் வருகின்றது. கடவுளுக்காகவும், மதத்துக்காகவும் கோடான கோடி ரூபாய் செலவழித்து பலி கொடுத்து பக்தி செலுத்தி வரும் நாட்டிலும் இக்கொடுமைகள் இருந்துதான் வருகின்றன. ஆனால் கடவுள், மதம், தேசீயம் ஆகியவைகள் அழிக்கப்பட்ட அடியோடு இல்லாத இடங்களில் மாத்திரம் பணக்காரக் கொடுமையும், சோம்பேறி வாழ்க்கையும், பட்டினி கஷ்டமும், உயர்வு தாழ்வு நிலையும் காணப்படவில்லை.

அவ்வூராருக்கு கடவுள் மத தேச அபிமானம் இல்லை மனித சமூக சமத்துவ அபிமானம் மாத்திரமே பிரதானமாய் காணப்பட்டது. அங்கு பணக்காரன் - ஏழை, முதலாளி - தொழிலாளி, அதிகாரி - குடி ஜனங்கள் என்கின்ற வித்தியாசமே காணப்படவில்லை.

அங்குள்ள சகல சொத்திற்கும் அங்குள்ள சகல மக்களும் சம சுதந்திரமுள்ளவர்களாய் இருந்து வருகிறார்கள். எல்லா மக்களுக்கும் சரி அளவு வேலையும், போதுமான ஆகாரமும் சுக சௌகரியமும் இருந்து சமமாய் அனுபவிக்கப்பட்டு வருகிறது. "நாளைக்கு என் செய்வது" என்ற கவலையே இல்லாமல் வாழ்ந்து வருகிறார்கள். கடவுளும் மதமும் இல்லாததால் அந்நாடு பூமிக்குள் அமிழ்ந்து போகவில்லை.

அந்நாட்டு மக்களுக்கு ஆண் பெண் அடங்கலுக்கும் ஏற்பட்ட தைரியமும், உயிருக்குத் துணிந்த வீரமும் சமத்துவ உணர்ச்சியும் கடவுளையும் மதத்தையும் நம்பிய தேசாபிமானமுள்ள எந்த நாட்டாரிடமும் காண முடியாதாயிருக்கிறது. நமது நாட்டிலே சகல பொறுப்பையும் கடவுள் மீது போட்டுவிட்டு சோம்பேறி ஞானம் பேசுபவர்களே மலிந்து இருக்கிறார்கள். நமது தலைவர்கள் என்பவர்களோ அதைச் சாதிக்கிறேன்

இதை செய்கிறேன் என்று பேசி மக்களை ஏய்த்து பயன் அடைவதும், முடியாவிட்டால் கடவுள் மீது பழிபோட்டு நழுவிக் கொள்ளுவதுமானவர்கள். கடவுள் மீது நம்பிக்கையுள்ள நமது மக்கள் வீரமோ ஒரு சிறு உண்மை தியாகம் செய்ய வேண்டி ஏற்பட்டாலும் "நான் எதற்கும் தயார்தான் ஆனால் எனக்கு ஏதாவது கஷ்டம் வந்துவிட்டால் என் பெண்டு பிள்ளைகளுக்கு என்ன கதி என்றுதான் யோசிக்க வேண்டியிருக்கின்றது" என்ற அளவோடு நிற்கக் கூடியதாகும். கடவுளை நம்பாதவர்களும், கடவுள் மீது எவ்வித பொறுப்பும் போடாதவர்களுமாயிருக்கிறவர்களும், கடவுள் உணர்ச்சியை அடியோடு ஒழித்து கொண்டவர்களுமான மக்கள் உள்ள நாட்டில் "நாளைக்கு என்ன கதி" என்கின்ற பேச்சே கிடையாது. ஒவ்வொருவரும் தன்னம்பிக்கை உடையவர்களாகவே காணப்படுகின்றார்கள்.

அந்த நிலைமைதான் நம் நாட்டுக்கும் மற்றும் உலகமெங்கும் வேண்டும். அதற்காகவே வாலிபர்கள் எல்லோரும் உழைக்க வேண்டும். அதுவே இப்போது நமது முன்னணியில் இருக்கும் வேலையாகும். புரட்சி வாழ்க! பொதுவுடமை ஓங்குக!

குறிப்பு: ஐரோப்பா, ஆப்பிரிக்கா தேசங்களில் சுற்றுப்பயணம் செய்துவிட்டு. 17.101932 இலங்கை அடைந்து அங்கு சுற்றுப் பயணம் செய்து, கொழும்பு கண்டி, நாவல் பட்டிய.... - ஹட்டன், யாழ்ப்பாணம், பருத்தித்துறை தூத்துக்குடி, மதுரை முதலிய இடங்களில் பல ஸ்தாபனங்களின் சார்பாக கொடுக்கப்பட்ட சுமார் 20 வரவேற்பிலும் பொதுக்கூட்டங்களிலும் பேசிய சொற்பொழிவுகளின் தொகுப்பு.

குடி அரசு - சொற்பொழிவு - 20.11.1932